குமரப்பாவிடம் கேட்போம்

ஜே.சி. குமரப்பா

மொழியாக்கம்
அமரந்த்தா

பரிசல்

குமரப்பாவிடம் கேட்போம் (கட்டுரைகள்)
ஜே.சி. குமரப்பா
உரிமை: மொழிபெயர்ப்பாளருக்கு

பரிசல் முதல் பதிப்பு: டிசம்பர் 2019

வெளியீடு: பரிசல் புத்தக நிலையம்
216, முதல் தளம், திருவல்லிக்கேணி நெடுஞ்சாலை
திருவல்லிக்கேணி, சென்னை - 600 005
பேச: 9382853646
மின்னஞ்சல்: parisalbooks@gmail.com

அச்சுக்கோப்பு & வடிவமைப்பு
வி. தனலட்சுமி

அச்சாக்கம்: ரவிராஜா பிரிண்டர்ஸ், சென்னை - 600 005.

ISBN: 978-81-944008-0-6

பக்கம்: 96

விலை ரூ: 100

J.C. Kumarappa Katturaigal
J.C.Kumarappa

Parisal First Edition : December 2019

Published by Parisal Putthaga Nilayam
No.216, First Floor, Triplicane High Road
Triplicane, Chennai & 600 005
Mobile : 93828 53646
email: parisalbooks@gmail.com

DTP & Designed by V. Dhanalakshmi,

Printed at: Raviraja Printers, Chennai - 5.

Pages: 96

Price Rs.100

முன்னுரை

குமரப்பா என்ற மாமனிதர் எதிர்கால இந்தியாவைப் பற்றிக் கனவு கண்டவர் மட்டுமன்று; அதை நடைமுறைப்படுத்திப் பார்க்கவும் நினைத்தவர். கிராமங்கள் உயிர்ப்புடன் வாழ வேண்டும் என்று தனது இறுதி மூச்சுவரைப் பாடுபட்டவர். தஞ்சையில் வாழ்ந்துவந்த ஒரு நடுத்தட்டு அரசுப் பணியாளர் குடும்பத்தில் 1892ஆம் ஆண்டு சனவரி மாதம் 4ஆம் நாள், குடும்பத்தில் ஒன்பதாவது பிள்ளையாகப் பிறந்தார்.

அரசுப் பணியின் காரணமாக குடும்பம் தஞ்சைக்கு இடம்பெயர்ந்தது. தஞ்சை, சென்னை என்று கல்வியைப் பெற்று, தனது 21ஆம் அகவையிலேயே இலண்டன் சென்று கணக்கியலில் பணியாற்றத் தொடங்கினார். இவரது தந்தை தனது அனைத்துச் சொத்துகளையும் விற்று பிள்ளைகளை நன்கு படிக்க வைத்துள்ளார். குமரப்பாவின் பெற்றோர் இட்ட பெயர் ஜோசப் செல்லத்துரை கொர்னீலியஸ். அவரது நண்பர்களும் உறவினர்களும் 'செல்லா' என்றே குமரப்பாவை செல்லமாக அழைப்பர். ஆனால் அவர் பின்னர் தனது மரபு வழித் தமிழ்ப் பெயரான குமரப்பா என்றே அழைத்துக் கொண்டார். அவ்வாறே புகழும் பெற்றார்.

காந்தியடிகள் இவரை திரு.கு. என்றே அன்பாக அழைப்பார்.

குமரப்பாவிற்குப் பொருளியல் பற்றிய மேதைமையும், தொலைநோக்கும் இருந்ததுபோல வேளாண்மை பற்றியும் அவருக்குத் தனியான மேன்மையான பார்வை உண்டு. ஒரு நாடு தற்சார்புடன் வாழ வேண்டுமாயின், அது பிற நாடுகளை

அண்டிப் பிழைக்கும் திட்டங்களுக்கு இடம் கொடுக்கக் கூடாது என்பதில் மிகவும் கறாராக இருந்தார். அதேபோல வேளாண்மை என்பது தற்சார்புடன் திகழ வேண்டும் என்பதிலும் உறுதியாக இருந்தார். வேதி உரங்களும், அந்நிய எந்திரங்களும் நமது வேளாண்மையைச் சூறையாடிவிடும் என்பதை ஆழ்ந்த கவலையுடன் வெளிப்படுத்தினார். பசுமைப் புரட்சியாளர்கள் விளைச்சலை மட்டுமே தனித்துப் பார்த்தார்கள். ஆனால் குமரப்பா, விளைச்சல் மட்டுமல்லாது, உழவர்கள், அவர்களது வருமானம், நிலத்தின் நீடித்த வளம் போன்ற அனைத்தையும் உள்ளடக்கிய முழுமையான பார்வையுடன் அணுகினார்.

இந்திய விடுதலைக்குப் பின்னர், மேற்கத்தியச் சிந்தனை ஆதிக்கத்தில் ஊறியவர்கள் கொள்கைகளை வகுத்ததால், அவர்களுக்கு பகுதி பகுதியாகப் பார்க்கும் முறைமையே தெரிந்திருந்தது. நியூட்டனின் எந்திரவியல் பார்வையும், கார்டீசிய பிரித்து அலசும் பகுதிப் பார்வையுமே இருந்தது. பல்லுக்கு ஒருவர், கண்ணுக்கு ஒருவர் என்ற பகுதிப் பார்வையால் இவர்கள் விளைச்சலை மட்டுமே பார்த்தார்கள். ஆனால் குமரப்பா ஒரு சூழலியல் பார்வையுடன் அனைத்தையும் பார்த்ததால், குறிப்பாக நமது தமிழ்த் திணை மரபு அவருக்குள் ஆழமாக வேரூன்றி இருந்ததால், அவர் வேளாண்மையை முழுமையாகப் பார்த்தார். எனவேதான் அவர் உழவு எந்திரமான டிராக்டர்களை எதிர்த்தார்; வேதி உரங்களை மறுத்தார். அதுமட்டுமல்ல உழுபவர்களுக்கு நிலம் உரிமையாக இருக்க வேண்டும் என்று உறுதியாக இருந்தார். முதல் நிலச் சீர்திருத்தக் குழுவிற்கு அவரே தலைவராகவும் இருந்து அருமையாக அறிக்கையையும் கொடுத்தார்.

உழவர்களையும், உழவையும் நேசித்தவர் குமரப்பா. காந்தியடிகளுக்கு நெசவின் மீது இருந்த காதலைப்போல குமரப்பாவிற்கு உழவின் மீது இருந்த காதல் கொஞ்சநஞ் சமல்ல. அவரது வீட்டின் முகப்பில் ஓர் ஏழை உழவரின் படம் இருக்கும். அதில் 'எனது தலைவரின் தலைவர்' (My Master's Master) என்று எழுதப்பட்டிருக்கும். அதாவது அவரது தலைவர் காந்தி, அந்தக் காந்தியடிகளின் தலைவர்

ஓர் உழவர் என்ற பொருள்பட அந்தப் படம் இருக்கும். இப்படியாக உழவர்களை நேசித்த மனிதர் குமரப்பா.

குமரப்பாவின் காலத்தில் முதலாளியம், சமத்துவத்தை உறுதி செய்வது குறித்துப் பேசிய பொதுவுடமை ஆகிய இரண்டு பெரும் பொருளியல் சிந்தனைப் பள்ளிகள் விளங்கின. ஆனால் இவையிரண்டும் "பொருள் ஆக்க முறை" (mode of production) பற்றிக் கவலை கொள்ளவில்லை. நுட்பவியல் முன்னேற்றங்களால் பெருகும் பொருளாக்கம், எல்லாச் சிக்கல்களுக்கும் தீர்வாகிவிடும் என்று கருதப்பட்டது. அதாவது பொருள் ஆக்கத்தில், முதலீடு + மூலப்பொருள் + உழைப்பு என்ற மூன்றை மட்டுமே கருத்தில் கொண்டனர். ஆனால் வரையறுக்கப்பட்ட இயற்கை வளங்களைப் பற்றி அவர்கள் கவலைப்படவில்லை. அத்துடன் 'பொருள் ஆக்க முறை' பற்றியும் அவர்கள் கவலைப்படவில்லை. ஆனால் குமரப்பா அந்த இரண்டு கூறுகளையும் கணக்கில் கொண்டார். இயற்கை வளங்கள் தொடர்ந்து கிடைப்பது அரிது என்றும், பெருமளவு பொருளாக்கம் தவறு என்றும், பெரும்பான்மை மக்களால் தான் பொருளாக்கம் (not mass production, production by masses) நடைபெற வேண்டும் என்றும் அவர் கூறினார்.

இப்படிப்பட்ட தொலைநோக்குப் பார்வையுடன், இயற்கை வேளாண்மையின் மீது வெளிச்சத்தைப் பாய்ச்சிய முதல் முன்னோடி என்ற முறையில் குமரப்பாவின் கட்டுரைகள் மிகவும் முக்கியத்துவம் பெறுகின்றன. இவற்றை அமரந்தா எளிய தமிழில் 'தாளாண்மை' இதழில் தொடர்ந்து மொழியாக்கம் செய்து வந்தார். அவை நூலாக்கம் பெறுவது மட்டற்ற மகிழ்ச்சி தருகிறது. அனைவரும் படிப்பது மட்டுமல்லாது இதைப் பரப்பவும் வேண்டுகிறேன்.

அன்புடன்
பாமயன்

உள்ளே...

1.	பந்தயக் குதிரைகளும் வெள்ளை யானைகளும்	9
2.	மக்களின் வருமானம்	12
3.	செல்வமும் அறமும்	16
4.	மக்களின் துயர நிலை	22
5.	ஓர் எச்சரிக்கை	27
6.	மேலை நாட்டு நுட்பங்கள்	30
7.	அந்நிய வணிகத்தின் உண்மையான நிறம்	34
8.	பதநீர்	37
9.	சமுதாயச் செயல் திட்டங்கள்	42
10.	கிராமத் தொழிற்சாலைகளும் திட்டமிட்ட பொருளாதாரமும்	47
11.	உரமும் உணவும்	53
12.	வழிகாட்டுகிறார்களா இல்லை வால் பிடிக்கிறார்களா?	59
13.	'புழு' மனப்பான்மை	61

14. டிராக்டர் சாகுபடி	63
15. காளை மாட்டு உழவுக்கு ஆதரவாக	67
16. உரங்கள் மண்ணுக்கு உணவா இல்லை மருந்தா?	71
17. உண்மை நிலவரம்	77
18. சுதேசியம்	81
19. கொள்கையற்ற அரசு	86
20. மருந்தா, மாயமா?	89
21. சுருக்குக் கயிறு	95

பந்தயக் குதிரைகளும் வெள்ளை யானைகளும்

ஒரு காலத்தில் இங்கிலாந்தில் குதிரைகள்தான் பொருளாதார நடவடிக்கைகளுக்கு ஆதாரமாக விளங்கின. அந்நாட்களில் குதிரைகளை மேன்மையாக உருவாக்குவதில் மக்களுக்கு மிகுந்த ஆர்வம் இருந்தது. 'மன்னர்களின் விளையாட்டு' என்று கருதப்பட்ட குதிரைப் பந்தயத்திற்கும் மக்கள் நல்வாழ்விற்கும் நேரடித் தொடர்பிருந்தது. இப்போதோ குதிரைப் பந்தயம் என்பது சூதாடிகளுக்கும் சோம்பேறிகளுக்குமான விளையாட்டாகி விட்டது. நம் நாட்டு மகாராஜா ஒருவர் கொள்ளை கொள்ளையாக இங்கிலாந்தில் இருக்கும் பந்தயக் குதிரைகளுக்காகச் செலவிடுகிறார் என்று செய்தித்தாள்கள் தெரிவிக்கின்றன. இதுபோன்ற நியாயமற்ற ஆடம்பரச் செலவுகளைத் தடுத்து நிறுத்த வழியே இல்லையா? திப்பு சுல்தான் போன்ற கடமை மறவாத நம் நாட்டின் மன்னர்கள், கால்நடை வளர்ப்பைத் தம் பொழுதுபோக்காகக் கொண்டிருந்தனர். இன்றளவும்

மைசூர்க் கால்நடைகளின் மேன்மையான நிலைக்குத் திப்பு சுல்தானின் வள்ளல்தன்மையே காரணம். மோர்வியின் இன்றைய மகாராஜாவிற்கும் அவரது மாட்டுப் பண்ணை யின்மேல் அபாரமான ஈடுபாடு உள்ளது.

அதிகாரம் இப்போது மக்களால் தேர்ந்தெடுக்கப்பட்ட அரசுகளின் வசம் உள்ளதால், குதிரைப் பந்தயம் சட்டத்திற்குப் புறம்பானது என்று தடை செய்யப்படும் என்று எதிர்பார்ப்பது தவறா? அதிகமான பொருட்செலவில் பராமரிக்கப்பட்டு வரும் பந்தய மைதானங்களை உழுது, மக்களுக்குத் தேவையான உணவுப் பயிர்களை விளைவிக்கப் பயன்படுத்துவார்களா? கால்நடை வளர்ப்பிற்குரிய கவனம் அளிக்கப்படுமா? உணவு, உடை, வீட்டு வசதி, கல்வி, மருத்துவ வசதி போன்ற பிரச்னைகளுக்குத் தேர்ந்தெடுக்கப்பட்ட மக்கள் அரசுகள் எப்படித் தீர்வு காணப் போகின்றன என்றறிய மக்கள் மிகுந்த ஆர்வத்தோடு காத்திருக்கிறார்கள். புதிய அமைச்சர்கள் தீர்வுக்கான சூட்சுமக் கயிறுகளை இயக்கக் கற்றுக்கொண்டிருக்கும் வேளையில், தன்னலவாதிகள் மக்கள் நலனுக்குக் கேடு விளைவிக்கக் கூடிய வெள்ளை யானைகளை முன்னிறுத்தி அமைச்சர்களின் முயற்சிக்கு முட்டுக்கட்டை போடுகிறார்கள்.

பீகாரின் சிந்திரி மாவட்டத்தில், பத்தரை கோடி ரூபாய் செலவில் உரத் தொழிற்சாலைகளை நிறுவ வெளிநாட்டிலிருந்து பல கோடி ரூபாய் மதிப்புள்ள இயந்திரங்கள் இறக்குமதி செய்யப்படுகின்றன என்று அறிவிக்கப்பட்டுள்ளது. ஒரு சில பிராந்திய அரசுகளின் அருளால் கோடிக்கணக்கான ரூபாய் மதிப்புள்ள டிராக்டர்களும் இறக்குமதி ஆகப்போகின்றன. ஐவுளி ஆலைகள், வனஸ்பதித் தொழிற்சாலைகள், சர்க்கரை ஆலைகள் ஆகியவை மாகாண அரசுகளின் ஆதரவில் காளான்களைப் போல அங்கங்கே முளைத்து வருகின்றன. மேற்சொன்ன ஆலைகளுக்கு, 'இதற்கு முன்பிருந்த இடைக்கால அரசே உரிமம் அளிக்க ஒப்புதல் அளித்திருந்தது' என்று சாக்குச் சொல்வது முறையல்ல. மக்களால் தேர்ந்தெடுக்கப்பட்ட அரசுகள் இந்த ஆலைகள்

தேவைதானா என்று மறுபரிசீலனை செய்ய வேண்டும். அதற்கு ஏதேனும் முயற்சி செய்திருக்கிறார்களா? அதை விட்டுவிட்டு இந்த ஆலைகளின் திறப்பு விழாக்களில் கலந்துகொள்கிறார்கள். இவர்கள் எல்லாம் காற்று வீசும் திசைக்குத் திரும்பும் காற்றாடிகளைப் போல் அல்லவா இருக்கிறார்கள்? மக்களால் தேர்ந்தெடுக்கப்பட்ட அரசுகள் தங்கள் கொள்கைகளை வெளிப்படையாக மக்கள் முன்னம் ஏன் இன்னமும் வைக்கவில்லை? அப்பொழுதுதானே இதைவிட மோசமான எவற்றையெல்லாம் நாம் எதிர்நோக்க வேண்டி வரும் என்று நமக்குப் புலப்படும்?

எந்தச் சமூகக் கொள்கையை நடைமுறைப்படுத்துகிறோம் என்ற தெளிவே அமைச்சர்களுக்கு இல்லையென்றால், அவர்கள் தங்கள் பதவியை விட்டு விலகுவதுதான் அவர்களுக்கும் நல்லது; அவர்களைத் தேர்ந்தெடுத்த மக்களுக்கும் நல்லது. வேறு வேலையில்லாத போது பொழுதுபோக்கிற்காகக் கிராமப்புற மறுகட்டமைப்பு பற்றிப் பேசிவிட்டு, மற்ற நேரங்களில் சிறிதளவு சொந்த லாபத்திற்காகச் சுரண்டல்வாதிகளுடன் கமுக்கமாய்க் கைகோத்துக் கிராமப்புறங்களை அழிக்கவும் தயங்காத இவர்களால் எந்தப் பயனுமில்லை!

[வெகுமக்களுக்கான தன்னாட்சி என்ற தொகுப்பில் இருந்து...]

மக்களின் வருமானம்

இந்திய விவசாயிகளின் பொருளாதார பின்புலம் என்ற தலைப்பில் ஆக்ஸ்போர்டு கையேடுக்குக் குமரப்பா எழுதியளித்ததில் ஒரு பகுதி. கிராம இயக்கம் எதற்காக? (Why the Village Movement) என்ற நூல்; அத்தியாயம்–5.

தேசிய வருமானத்தை அளவிடவும், அதன்வழி தனிநபர் வருமானத்தை அளவிடவும் பின்னர் அதனைக்கொண்டு இதுபோன்று கண்டறியப்பட்ட பிற நாடுகளின் மக்கள் வரும்படியோடு ஒப்பிடவும் பல முயற்சிகள் மேற்கொள்ளப்பட்டுள்ளன. சமீபத்தில் பிரிட்டனின் கீழ் இந்தியாவின் தேசிய வருமானம் குறித்து அறிக்கையை பேராசிரியர் வீ.கே.ஆர்.வி.ராவ் அளித்துள்ளார். இதன்படி தனிநபர் வருமானம் ஆண்டுக்கு ரூ 62 மட்டுமே. சிலவகை அளவீடுகளுக்கு இத்தகைய கணக்குகள் பயன்படும்

என்றாலும் கிராமப்புற உண்மை நிலையை சித்தரிப்பதில் இவை முற்றிலும் தவறாகவே உள்ளன. இதுபோன்ற கணக்குகளை முன்வைப்பதில் பல போதாமைகள் இருப்பதென்னவோ உண்மைதான். கிடைத்துள்ள புள்ளி விவரங்களில் பாதுகாப்பின்மையும் நம்பகமின்மையும், கணக்கீட்டு முறையின் சமமின்மையும் சராசரியை எட்ட, மிகப் பரந்த நிலப்பரப்பை ஆய்வுக்குட்படுத்துவதும் இந்தக் கணக்கின் மீது அளவற்ற நம்பிக்கை வைப்போரை ஏமாற்றி விடக்கூடும். இவ்வகைக் கணக்கீடு, மாத வருவாய் ரூபாய் ஐந்து என்ற முடிவுக்கு வருகிறது. ஆனால், உயிர்வாழத் தேவையான சரிவிகித உணவு போதுமான அளவுக்கு கிடைக்க வேண்டுமானால் இந்த வருமானம் போதவே போதாது. பிறகு துணிமணிக்கும், வசிக்க நிழலுக்கும் எங்கே போவது?

கிராமங்களின் மெய்யான வருமானக் கணக்காய்வு மூலம் கிட்டும் விவரங்கள் ஏறக்குறைய சரியாகவும் நம்பகமாகவும் இருக்கும். இந்த அறிக்கையை முன்வைக்கும் எழுத்தாளர் (ஜே.சி.குமரப்பா) மட்டர் தாலுக்காவின் 50க்கு மேற்பட்ட கிராமங்களில் திரட்டிய விவரங்களின் அடிப்படையில் எட்டப்பட்ட சராசரி தனி மனித வருமானம் ஆண்டுக்கு ரூ.14 (மட்டர் தாலுக்கா ஆய்வு : பக்கம் – 70). குஜராத் மாநிலத்தின் இந்த தாலுக்கா ஒப்பீட்டளவில் சற்று வளமிக்க பகுதி என்பதோடு பிற இந்திய மாநிலங்களைவிட குஜராத் மாநிலம் சற்று மேம்பட்ட நிலையில் உள்ளதாகும்.

விவசாய சமூகங்களின் வருவாய் குறித்த சரியான தகவல் நிலத்திலிருந்து கிடைக்கும் வருவாயைக் கொண்டு அளந்தால் கிடைக்குமேயன்றி, பணத்தைக் கொண்டு அதை அளக்க முடியாது. இந்தியாவின் மத்திய மாநிலங்களைச் சேர்ந்த 600 கிராமங்களில் மேற்கொள்ளப்பட்ட ஆய்வின் அடிப்படையில் சராசரி தனி மனித வருமானம் ஆண்டுக்கு ரூ 12/- என்று காட்டுகிறது (மத்திய மாநிலங்கள் தொழில் ஆய்வுக் கமிட்டி அறிக்கை பகுதி–1). குறைந்த சத்துள்ள

உணவில் பாதியைக்கூட இத்தொகையைக் கொண்டு பெறமுடியாது. ஆக, மொத்த வருமானத்தையும் உணவுக்கே செலவிட்டால்கூட மக்கள் அறை வயிற்று உணவோடு காலந்தள்ள வேண்டியது தான்.

ஏனிந்தக் குறைந்த வருவாய்?

வாழ்க்கைத் தரம் சராசரியை விடக் கீழ் என்ற நிலையில் அதற்கான காரணங்களை அறிய நாம் ஆழமாக சிந்திக்க வேண்டும். துறவு மனப்பான்மையை நலிந்த வாழ்க்கைத் தரத்திற்குக் காரணமாக எடுத்துரைப்பது தவறாகும். மக்கள் அரைப் பட்டினி கிடப்பது வறுமையினால் தானேயொழிய மெலிந்த உடலைப் பேணுவதற்காக அல்ல. தேவையை நிறைவேற்றிக் கொள்ளுமளவிற்கு அவர்களிடம் வாங்கும் திறனில்லை. மக்கள் உழைப்பாளிகளாகவும் அறிவாளிகளாகவும் இருக்கையில் அவர்கள் திறமையற்றவர்கள் என்று கூறுவது வெற்றுப்பேச்சு. அவர்களது வாழ்க்கைத் தரம் தாழ்வாக இருப்பது ஏனென்று அறிய வேறு திசையில் காரணம் கண்டறிய வேண்டும்.

கடினமாக உழைக்க விரும்பும் புத்திசாலி மனிதன் போதிய வருமானம் கிட்டும் வேலை கிடைக்காதவனாக இருக்கலாம். அல்லது கிடைக்கும் வேலைக்கு செலுத்தும் உழைப்புக்கேற்ற ஊதியம் கிடைக்காதிருக்கலாம். வாழ்க்கைத் தரம் குறைவாக இருப்பதற்கு அவன் காரணமல்ல. நம் நாட்டில் பொதுவாக நிலவும் உண்மையிது.

பணமும் கடன் பொருளாதாரமும்

நம் நாட்டில் அனைத்து விதமான சரக்குகளுக்கும் போதுமான உள்நாட்டுச் சந்தை இருக்கிறது. இந்தச் சந்தையை சரிவரப் பேணியிருந்தால் மக்கள் உற்பத்தி செய்யும் சரக்குகளுக்குக் குறைவில்லாத சந்தை கிடைத்திருக்கும். கடந்த நூற்றாண்டில் பணப் பொருளாதாரமும் அது பெற்ற பிசாசுக் குழந்தையும் தமது கொடுங்கரங்களை விரித்து, உளம் சந்தைகளைச் சீரழித்து அந்நிய தொழில்களைப் பெருக்கச்

செய்துவிட்டன. வாங்கு திறனைக் கைமாற்றப் பணமும் கடனும் வரைமுறையின்றிப் பயன்படுத்தப்படுகின்றன. நேர்மையான பரிமாற்றம் வெறும் சற்தை மதிப்பை பொறுத்ததல்ல; அதில் மானுட மதிப்பீடும், அற மதிப்பீடும் கூட பரிமாற்றப்படுகின்றன. விரைவில் அழுகக்கூடிய வாழையும் மீனும் விற்பவரின் பலமும் அழியாத்தன்மை கொண்ட தங்கத்தை வைத்திருப்பவரின் பலமும் ஒன்றல்ல. பணப்பரிமாற்றம் விரிவடைந்து சமநிலை, அறம் ஆகியவற்றைக் குறித்த சிந்தனைகளை துடைத்தெறிந்து விட்டது. வாங்குவதற்கான பணத்தைக் கொடுக்க முடிந்தால் அந்தப் பரிவர்த்தனை குறித்து மேலே எதுவும் கூற வேண்டியதில்லை. இத்தகைய வர்த்தகம் உலகின் மூலை முடுக்குகளுக்கெல்லாம் சந்தையை விரிவாக்கலாம். ஆனால், செல்வத்தையும் மதிப்பீடுகளையும் சமமாகப் பரிவர்த்தனை செய்ய இயலாது. வரம்பற்ற இந்த விரிவாக்கம் தூரதேசங்களுக்கு கச்சாப் பொருள்களை ஏற்றுமதி செய்யவும் உற்பத்தி செய்யப்பட்ட சரக்குகளை தூரதேசங்களிலிருந்து இறக்குமதி செய்யவும் வழிவகுத்து விட்டது. இதன் விளைவாகத்தான் முன்பு குறிப்பிட்டது போல் உழைப்புக்குத் தகுந்த ஊதியம் நம் நாட்டில் கிடைக்காமல் போகிறது.

இந்தியாவின் பழைய பரிவர்த்தனை முறை பணமும் பண்டமாற்றும் இணைந்த ஒன்று. அதில் மானுட தேவைகளுக்கு இடமுண்டு. கைத்தொழில் செய்யும் தச்சர், கருமான், அம்பட்டர், துப்புரவு செய்வோர் ஆகியோருக்கு வாழ்க்கை நடத்தப் போதுமான சம்பளம் சமூகத்திற்கு அவரவர் செய்த சேவை அடிப்படையில் அறுவடை நேரத்தில் தானியமாக வழங்கப்பட்டது. இந்த முறை விரைவாக அழிந்து வருவதால் வாழ்வாதாரம் இன்றி அன்றாட வாழ்வே பலருக்கும் பெரும் போராட்டமாகிவிட்டது.

செல்வமும் அறமும்

செல்வத்தில் பலவகை உண்டு. ஒழுக்கம் என்னும் செல்வம், அறிவு என்னும் செல்வம், சொத்துக்கள் வடிவில் செல்வம். இவற்றில் பொருட்செல்வம் குறித்த சிந்தனைகளை மட்டும் நாம் இப்போது எடுத்துக்கொள்வோம்.

முதலாளித்துவ பொருளாதாரத்தின் தூண்டுதலால் செல்வத்தைப் பணமதிப்பு கொண்டு அளக்கவே நாம் கற்பிக்கப் பட்டுள்ளோம். பணத்தைக் கொடுத்துத் தேவையான பொருளை விலைக்கு வாங்கினால், அத்தோடு பரிவர்த்தனை முடிந்துவிடுகிறது. அப்பொருள் உங்கள் தேவையை நிறைவு செய்யுமானால் மேற்கொண்டு வேறு கேள்வியில்லை. உங்கள் பணத்தின் மதிப்புக்குச் சமமானது கிடைத்துவிட்டதென்று கூறப்படுகிறது. மனிதன் ஒரு விலங்கு என்றும், அவனுக்கு ஆன்மா இல்லையென்றும் கருதுவோமானால் விசயம்

அத்தோடு முடிந்துவிடும். அப்போது "மனச்சான்று", "அநியாயக் காசு" அல்லது அறங்காவலர் பற்றியெல்லாம் பேச்சே இருக்காது.

நல்லவேளையாக நம்மில் பலரும் பொருளாதாரத்தில் தோய்ந்தவர்களாக இல்லை. நாம் ஓரளவுக்கு உரிமைகளையும் கடமைகளையும் பற்றித் தோராயமாகப் புரிந்து கொண்டிருக்கிறோம். குழப்பமாக இருந்தாலும் நமக்கு மனச்சான்று என ஒன்று இருப்பதால், மனிதர்களின் ஒழுக்கத்தையும் ஆன்ம நிலையையும் நாம் அறிந்துகொள்கிறோம். இதனால்தான் நமது பொருளாதார வாழ்வு நிலைத்தன்மை கொண்ட ஆன்ம தளத்திலும் விரிவடையும் வாய்ப்பை நல்கியுள்ளது. பொதுவாகப் பொருளாதாரம் என்பது யதார்த்த நிலை சார்ந்தது என்றும், அதில் அற மதிப்பீடுகளுக்கு இடமில்லை என்றும் கருதப்படுகிறது. ஆனால், இங்கிலாந்தில் உள்ள அறிஞர்கள் புவியீர்ப்பு விதிகளைப் போல பொருளாதாரத்தையும் ஓர் அருவமான அறிவியல் முறையில் அணுக முயன்றுள்ளனர். அதன் விளைவாகப் பொருளாதாரக் கோட்பாட்டை வெறும் வியப்பூட்டும் மனித இயல்புகள் மீதான உளவியல் ஆய்வாக முன்வைக்காமல் ஆல்பிரட் மார்சலும், பிகௌவும் பொருளாதாரக் கோட்பாடு கணிதச் சூத்திரத்தில் வேரூன்றியுள்ளதை விளக்குகின்றனர். ஒரு கணம் நின்று யோசித்தோமானால், குறைந்தபட்சம் நவீனத் தன்மையற்ற மனிதர்கள் பொருளாதாரமே முக்கியம் என்பது போலும், பொருள்களின் மதிப்பு குறைவு என்பது போலும் நடந்துகொள்வதைப் பார்க்க முடியும். இதற்குச் சில சான்றுகளைப் பார்ப்போம்:

பொதுமக்கள் பயன்படுத்தும் மதிப்பு அளவீடுகள் பல உள்ளன.

1) பணமதிப்பு ஏதுமற்றதாக இருப்பினும், சில பொருட்கள் வெறும் உணர்வு அடிப்படையில் மதிக்கப்படுகின்றன. எடுத்துக்காட்டாக, அன்பான

பெற்றோரால் பயன்படுத்தப்பட்ட பழைய நாற்காலியோ, மேசையோ பணமதிப்புக்கு அப்பால் மிகுந்த மதிப்புள்ளதாக இருப்பதுண்டு.

2) பித்தளைப் பாத்திரக் கடையில் ஒரு லோட்டாவை எடைபோட்டு அதிலுள்ள பித்தளைக்கு விலை நிர்ணயம் செய்யும்போது, அந்த உலோகத்தின் எடைக்கு மதிப்பு போடப்படுகிறது.

3) ஒரு தங்கச் சங்கிலி விற்பனைக்கு வரும்போது, அது ஒரு குழந்தையின் கழுத்தை நெரித்துத் திருடிக்கொண்டு வந்த பொருள் என்ற உண்மை தெரிந்தால், அதை விலை கொடுத்து வாங்குமளவு பொருளாசை கொண்டவர்களைக் காண்பது அரிதாகவே இருக்கும். விலை குறைவு என்பதனாலேயே அதை வாங்க யாரும் முன்வருவதில்லை. இதுவே அறத்தின் இடம்.

4) காந்திஜியைப் போன்ற ஒருவர் வெள்ளி சரிகையும் தங்க சரிகையும் சேர்த்த வேட்டி அணியும் வசதியிருந்தும், இந்நாட்டின் பெரும்பான்மை ஏழைகளைப் போலக் கரடுமுரடான துணியில் கோவணம் அணிகிறார் என்பதால் அவர் மக்கள் மனதில் தெய்வ நிலைக்கு உயர்ந்து நிற்கிறார்.

கொடுக்கல் வாங்கல் ஒவ்வொன்றிலும் தனிமனித உணர்வு, நடைமுறை. அடிப்படை, போற்றுதல், கொள்கை என மதிப்பீடு செய்வதில் பல அளவீட்டு முறைகள் உள்ளன.

அதேபோலப் பணக்குவிப்பிலும் சரி, ஒருவர் கள்ளுக்கடை, விபச்சாரம் போன்ற சமூக விரோத முறைகளில் பணம் குவித்திருந்தால், அது கறை படிந்தது எனக் கருதப்படுகிறது. நமது அற அளவீட்டை நாம் இவற்றோடு நிறுத்திக்கொள்கிறோம். ஆனால், சந்தேகத்திற்கு இடமளிக்கும் வழக்கறிஞர் அல்லது மருத்துவரின் செயல்பாட்டிற்கு நாம் எந்த அற மதிப்பீடும் செய்வதில்லை. இவர்கள் தம்மை நம்பி வந்தவருக்கு உகந்த நிவாரணம் தருகின்றனரா அல்லது

அவரை வெறும் பணம் பண்ணுவதற்கான கருவியாகப் பயன்படுத்துகின்றனரா என்று பார்ப்பதில்லை. மேலும், வெற்றிகரமான வணிகர்களின் வியாபார முறைகளையோ நாம் என்றும் ஆராய்வதே கிடையாது.

பணச் செலவைப் பொறுத்தவரை உயர்ந்த மதிப்பு அளவீடு என்பது அறவே இல்லை. அன்றாடப் பரிவர்த்தனைகளில் தமக்குச் சில கடமைகள் உண்டென்பதை வாங்குபவர் உணர்வதில்லை. குழந்தையின் கழுத்தை நெறித்துப் பறித்த தங்கச்சங்கிலி போலச் சந்தையில் விற்கும் ஒவ்வொரு பொருளுக்கும் அறமும் ஆன்மாவும் சார்ந்ததோர் மதிப்பு உண்டு. சட்டப்பூர்வமான மொழியில் சொல்ல வேண்டுமாயின் விற்பவர் தனது பொருளை அது நல்லதோ கெட்டதோ வாங்குபவரிடம் ஒப்படைக்கிறார். எனவே, நாம் வாங்கும் ஒவ்வொரு பொருளையும் குறித்த அடிப்படைத் தகவல்களை விசாரித்தறிவது நமது கடமையாகிறது. இது ஒரு மாபெரும் கடமை. அன்றாடம் பொருட்களை வாங்கும்போது நம்மில் எத்தனை பேர் இந்தக் கடமையை நிறைவேற்றுகிறோம்? தொழிலாளி பிழைப்பதற்குப் போதுமான கூலி தராமல் உற்பத்தி செய்யப்பட்ட பொருளை நாம் வாங்கும்போது, நாம் மனித உயிரையும் சேர்த்து விலைக்கு வாங்குகிறோம். இப்படி நினைத்துப் பார்ப்பது கொடுமையாக இருந்தாலும், சார்பு நிலை எடுக்காமல் சிந்திப்போமானால் இந்தக் கொடூர உண்மை புலப்படும். உற்பத்தி, இயந்திரத்தினால் செய்யப்படும் போது அது தேய்ந்துகொண்டே சென்று பின்பு இயங்காமல் வீணாகிவிடும். எனவே இயந்திரத்தின் தேய்மானம், பழுது நீக்கல், பராமரிப்பு ஆகிய செலவுகளை உற்பத்தி செய்யப்பட்ட பொருட்களின் எண்ணிக்கையோடு சேர்த்தே பொருளின் விலை நிர்ணயிக்கப்பட வேண்டும். மனிதனும் ஓர் இயந்திரம்தான். ஒரு குயவர் பானைகளைத் தயாரிக்கிறார். அந்தக் குயவர் மட்டுமின்றி அவரைச் சேர்ந்தவர்களையும் சேர்த்துப் பராமரிக்கும் அளவுக்குப் பானையின் விலை நிர்ணயம் செய்யப்பட வேண்டும். பராமரிப்பு என்றால் அவர் உயிர் வாழ்வதற்கு மட்டும் என்று பொருளல்ல.

அவர் வேலை செய்யும் வகையில் நலமாக இருக்கத் தேவையான பொருள் கிடைக்கவேண்டும். அவ்வாறில்லாமல் குறைந்த விலைக்கு வாங்கப்படும் பானை அக்குயவரின் குன்றும் உடல்நிலையையும் சேர்த்து வாங்குவதற்கு ஒப்பாகிவிடும். போதிய கூலி கொடுப்பதற்காகக் கூடுதலாக விலை நிர்ணயிக்கப்படுமானால், பொருளை வாங்குவோர் அதனைக் கொடுக்கச் சுணங்கக்கூடாது. எனவேதான் பண மதிப்பை மனித மதிப்போடு சேர்த்து மதிப்பிடும் நாம் பொருள் உற்பத்தியின் எல்லாத் தன்மைகளையும் ஆராய்வது அவசியம். தொலைதூர நாடுகளிலிருந்து வரும் பொருட்களைப் பொறுத்தவரை இவ்வாறு ஆராய்வது மிகக் கடினமான, இயலாத காரியமாகி விடுகிறது. நாம் வாங்கும் பொருட்கள் உள்நாட்டுத் தயாரிப்பாக இருந்தால் நமக்கு இந்த ஆய்வு சாத்தியமே. “சுதேசி” என்பதின் அற அடிப்படை இதுவே.

சந்தைப் பொருட்களில் பல இரகங்கள் இருக்கையில், விலை குறைவான அந்நிய நாட்டுப் பொருட்களை நாம் வாங்குவோமானால், நம் நாட்டில் வேலையின்மையையும் ஏழ்மையையும் நாமே உருவாக்குகிறோம் என்று பொருள். விலை கூடுதலாக இருப்பதால் உள்நாட்டுப் பொருட்களை வாங்கி நமது தேவையை நிறைவேற்றிக்கொள்ள முடியாதபோது, அந்நிய நாட்டுப் பொருளை வாங்காமல் தவிர்ப்பது உயர்ந்ததோர் கொள்கையாகும். ஒரு பொருள் எத்தகைய உயர் மதிப்புடையதாயினும், நமது உளச் சான்றுக்கும் அற மதிப்பீட்டிற்கும் உகந்ததாக இல்லையெனில், நாம் அதனை நிராகரிக்கவேண்டும். நமது அற உணர்வு உறுதியாக இருக்குமானால், ஏதோ ஒரு தேவை நிறைவடையாமால் போவதை நம்மால் எளிதாக ஏற்க முடியும். சர்க்கரை வாங்கச் சென்ற இடத்தில் பழுப்பான நாட்டுச் சர்க்கரையும், வெள்ளை வெளேரென்ற வெள்ளைச் சர்க்கரைக் கட்டிகளையும் அருகருகே காணும்போது, நமது கண்கள் மில் தயாரிப்பினால் ஈர்க்கப்படலாம். ஆனால், நமது மனக்கண் திறந்திருந்தால், அது அழுக்காகத் தோன்றும்

என்பதில் ஐயமில்லை. "மனிதனை வெளியிலிருந்து வரும் எதுவும் தீயவனாக்குவதில்லை; அவனது இதயத்திலிருந்து வெளிப்படும் எண்ணங்களே அவனை தீயவனாக்குகின்றன. நம்மில் பலரும் பொருள் குறித்து விழிப்பாகவே இருக்கிறோம். சற்றே முயன்று மனச்சான்றையும், அற உணர்வையும் வளர்த்துக்கொள்ள முடியாதா? சர்க்கரையில் அழுக்கிருந்தால் சிறிது முயன்று அதை நீக்கிவிடலாம். ஆனால், நம் ஆன்மாவை இழக்க முடியுமா?

நாம் நமக்காக மட்டுமே வாழ்வதில்லை. நம் செயல்கள் நம் சமூகத்தில் உள்ளவர்களையும் பாதிக்கின்றது என்ற புரிதலோடு இயன்றவரை உயர்வாகச் சிந்தித்து செயல்பட முயன்றால் ஆன்ம வளர்ச்சியில் பெரிதும் முன்னேற முடியும்.

மக்களின் துயர நிலை

கடந்த சில மாதங்களில் நமது நாட்டில் தொலைதூர இடங்களுக்குப் பயணம் செய்து ஆயிரக்கணக்கான மக்களைச் சந்தித்தேன். எல்லா இடங்களிலும் மக்கள் உணவுக்கும் தண்ணீருக்குமான பற்றாக்குறை குறித்தே கவலை தெரிவித்தனர். எங்கு சென்றாலும் இதே துயரக் கதையைத்தான் கேட்க முடிந்தது. உணவுக்கும் தண்ணீருக்கும் தாங்கள் படும் பாட்டைப் பற்றிக் கடந்த சில வருடங்களாகவே மக்கள் கூறி வருகிறார்கள். இந்தப் பிரச்சினையைத் தீர்க்க எடுக்கப்பட்ட முயற்சிகள் எதுவுமே முழுமையான பயனைத் தரவில்லை. இயற்கை நமக்கு அளித்துள்ள வளங்கள் அனைத்தும் வணிகப் பண்டங்களாக மாற்றப்படுவதை நாங்கள் எதிர்த்து வருகிறோம். இன்று தண்ணீர் விற்பனைப் பண்டமாகிவிட்டது. பல இடங்களில் மக்கள் தண்ணீரை விலைக்கு வாங்குகிறார்கள். இத்தகைய பற்றாக்குறைகளுக்கு

இயற்கையில் ஏற்படும் மாற்றங்களைக் காரணமாகக் கூறுகின்றனர். இயற்கையோடு போராடி வெல்லக்கூடிய ஆற்றல் இல்லாத மனிதன் பயனற்றவன். இத்தகைய இயற்கை மாற்றங்கள் அண்மையில் ஏற்பட்டவை அல்ல. நவீன வழிமுறைகள் பின்பற்றப்படும் இக்காலத்தில் கூட யதார்த்த நிலைமைகளைக் கண்டு நாம் திகைத்துப் போகிறோமெனில், இந்த நிலைமையை என்னவென்று சொல்ல?

கடந்த காலத்தில் காடுகளை வளர்த்தும் குளங்களை வெட்டியும் கிணறுகளைத் தோண்டியும் நீர் சேமிக்கப்பட்டது. போதிய மழை பெய்யாத இடங்களுக்கு வாய்க்கால்கள் மூலம் நீர் திருப்பிவிடப்பட்டது. காவிரியிலும் கங்கையிலும் நதிக்கரை ஓரங்களில் மக்கள் வாழ்ந்த தொன்மையான பகுதிகளில் நீரைச் சேமித்து வைக்கப் பல வழிமுறைகள் கையாளப்பட்டதற்கு ஆதாரங்கள் உள்ளன. அத்தகைய நீர் சேமிப்பிடங்களில் இன்று சேறும் சகதியும் நிரம்பியுள்ளன. நான் பல கிராமங்களுக்குச் சென்று வந்தேன். அவற்றுள் ஒரு கிராமத்தில் மட்டும் குளம் பெரியதாக இருந்தது. பத்தாண்டுகளுக்கு முன்பு குளம் முழுவதிலும் மார்கோஸா மரங்கள் வளர்ந்திருந்தன. போர்க்காலத்தில் நூற்றுக்கணக்கான மார்கோஸா மரங்கள் வெட்டிச் சாய்க்கப்பட்டன. இன்று சேறும் சகதியும் படிந்து குளத்தின் ஆழம் குறைந்துள்ளது. முன்பிருந்ததை விட நான்கு அல்லது ஐந்தடி ஆழம் குறைந்துள்ளது. இயற்கையை மனிதன் சூறையாடிய நூற்றுக்கணக்கான நிகழ்வுகளில் இதுவும் ஒன்று. இன்று நாம் எதிர்கொள்கின்ற மோசமான நிலை குறித்து ஆச்சரியப்பட ஏதுமில்லை.

போட்டியை அடிப்படையாகக் கொண்ட நவீன பொருளாதார அமைப்பு கட்டாயமாகக் கிராமங்களில் திணிக்கப்பட்டுள்ளது. அதனால் கிராமங்களில் மக்கள் வாழ்வதற்கு உகந்த சூழலோ, வாய்ப்புகளோ இல்லை. இதனால் கிராமத்தில் தலைவர்களாக உருவாகியிருக்கக்கூடிய

பலரும் வசதியான வாழ்க்கையைத் தேடி நகரத்திற்கு ஓடிவிடுகிறார்கள். இதனால் கிராமங்களில் தலைமைப் பண்புக் குறைவு ஏற்படுகிறது. கிராமத்திலுள்ள மக்களால் ஒன்றுபட்டுக் கூட்டாகப் பிரச்சனைகளுக்குத் தீர்வுகாண முடியவில்லை. இதுவே இன்று கிராமப்புறங்களில் நிலவும் மோசமான நிலைமைக்குக் காரணம்.

சமூகத் திட்டங்களின் கீழ் பணப் பயிர்களுக்கென அதிக நிலம் ஒதுக்கப்படுகிறது. அவ்வாறு செய்யாமல் முறையாகத் திட்டமிட்டு உணவுப் பயிர்களை விளைவித்தால் தண்ணீர் பிரச்னை தீரும். கூடவே பெருமளவு உணவுப் பற்றாக்குறையும் தானாகவே தீர்ந்துவிடும். மழைக் காலத்தில் கிடைக்கும் மொத்த மழைநீரில் 95 விழுக்காடு வீணாகக் கடலில் கலக்கிறது. எஞ்சியுள்ள மழைநீர் வண்டல் மண் படிந்த ஆழமற்ற குளங்களில் சேர்ந்து குறுகிய காலத்திலேயே ஆவியாகிறது. இந்த மழைநீர் இழப்பு வருந்தத்தக்கது. திட்டமிட்ட காடு வளர்ப்பும், இருக்கின்ற குளங்களை ஆழப்படுத்தி அவற்றில் மழைநீரைச் சேமிப்பதுமே இப்பிரச்சனைக்குத் தீர்வாகும்.

இத்திட்டம் வேலையற்ற நாட்களில் கிராம மக்களுக்குத் தொடர்ச்சியான வேலையைத் தருவதோடு அவர்கள் தமக்குத் தாமே உதவியாக இருக்கவும் பயன்படும். இன்று பஞ்ச நிவாரணத்துக்கென ஒதுக்கப்படும் நிதி தார்ச்சாலைகள் போடுவதற்குப் பயன்படுத்தப்படுகிறது. ஒரு நாள் வேலைக்கு ஆண்களுக்கு 12 அணாவும் பெண்களுக்கு 4 அணாவும் பஞ்சப் படியாகத் தரப்படுகிறது. இந்தச் சாலைகள் பெரும்பாலும் வாகன உரிமையாளர்களுக்கே பயன்படுகிறது. சாலைகள் தேவையானால் அவற்றை உருவாக்க முறையான முழுமையான சாலையைத் தரவேண்டும். பஞ்சப்படியாகத் தரக்கூடாது. கிராமத்திற்குப் பயன்படும் வேலைகளுக்கு கூலியைக் குறைத்துக் கொடுப்பதை வேண்டுமானால் நம்மால் ஏற்றுக்கொள்ள முடியும். குளங்களை ஆழப்படுத்துதல்,

கிணறுகள் தோண்டுதல், தூர் வாருதல் போன்ற வேலைகள் கிராமத்திற்குப் பயன்படுபவை. சாலைகளுக்குத் தார் போடுவதை எவ்வகையிலும் நாம் கிராமத்திற்கான வேலையாக ஏற்றுக்கொள்ள முடியாது. நான் பல இடங்களில் மக்கள் தமது அடிப்படைத் தேவைகளுக்காக நியாயமற்ற முறையில் சுரண்டப்படுவதையே பார்க்கிறேன். இத்தகைய சுரண்டலை தாங்கள் வழங்கும் பேருதவியாகக் கருதுவதுதான் வேதனையானது!

மாவட்ட வாரியங்கள் அரசுத் துறைகளில் எத்தகைய உணர்வுடன் மக்களுக்குப் பணியாற்ற வேண்டுமென்பதைக் கற்றுக்கொள்ள வேண்டும். இது மட்டுமின்றி இத்தகைய மக்கள் பணிகளில் ஒப்பந்தக்காரர்களுக்கு இடைத்தரகர்கள் செய்கின்ற நிர்வாக முறைகேடுகள் மலிந்துள்ளன. பஞ்சமும் தண்ணீர் பற்றாக்குறையும் அரசு ஊழியர்களின் கொடுங்கோன்மையை அதிகரித்துள்ளன.

குளங்கள் தூர்வாரப்பட்டு எடுக்கப்படும் வண்டல்மண்ணால் தரிசு நிலங்களை நிரப்பி அவற்றை உணவு உற்பத்திக்குப் பயன்படுத்த முடியும். தற்போது ஒவ்வொரு கிராமத்திலுமுள்ள குளங்களில் ஒரு சில வாரங்களுக்கே கூட நீரைத் தேக்கி வைக்க முடியவில்லை. நாம் விளைநிலங்களாகப் பயன்படுத்தாமல் வீணாக்குகிறோம். நம்மிடம் நீர் சேமிப்பிற்கான நீர்த் தேக்கங்களுமில்லை. உற்பத்தி நிலங்களுமில்லை. இவற்றில் ஏதாவதொன்று கிராமங்களில் கண்டிப்பாக இருக்க வேண்டும் என்பதோடு, அது முழுமையாகப் பயன்படுத்தப்பட வேண்டியதும் அவசியம். மின் உற்பத்திக்காகப் பெரிய நீர்த் தேக்கங்களைக் கட்டுவதற்குப் பதிலாக, குளங்களைத் தூர்வாரி மீண்டும் பயன்பாட்டிற்குக் கொண்டுவர வேண்டும். நீர் இருப்பை அதிகரிக்காமல் வெறுமனே கிணறுகளை ஆழப்படுத்தி மின்சார நீர் இறைப்பான்களைப் பொருத்துவதால் எந்தப் பயனுமில்லை. நான் பார்த்தவரையில் நீர்

ஜே.சி. குமரப்பா ◆ 25

பற்றாக்குறையைத் தீர்ப்பதற்கான அரசுத் திட்டங்கள் மோசமாகத் திட்டமிடப்பட்டு, தொடர்ச்சியற்றும் முறையாக ஒருங்கிணைக்கப்படாமலும் செயல்படுத்தப்படுகின்றன. நீர்ப்பாசனத் துறையும் அதில் பொறுப்பில் உள்ளவர்களும் தமது முக்கியமான கடமையை உணரச் செய்ய வேண்டும். கடமை தவறுவோர் மீது கடுமையாக நடவடிக்கை எடுக்க வேண்டும். இல்லாவிட்டால் ஆயிரக்கணக்கான மக்களின் இழப்பிற்கும் அழிவிற்கும் நேரடிக் காரணமாகி விடுவார்கள்.

(கிராம உத்யோக் பத்திரிகா, ஜூலை 1953)

ஓர் எச்சரிக்கை

பேராசிரியர் ஐன்ஸ்டீன் மக்களுக்கு அனுப்பியுள்ள செய்திக் குறிப்பொன்று, ரசாயன உரங்களும் ட்ராக்டர் உழவும் நம் நாட்டின் மண் வளத்தை நாசமாக்கி, கணக்கிட முடியாத ஈடு செய்ய முடியாத இழப்பை ஏற்படுத்திவிடும் என்று எச்சரித்திருக்கிறது. இதில் வேடிக்கை என்னவென்றால் இந்தச் செய்தியைப் பெற்றுக்கொண்டவர் முனைவர் அமர்நாத் ஜா.

தொலைநோக்குப் பார்வையில்லாமல் இதுபோன்ற கருவிகளைப் பயன்படுத்துவதற்கு எதிராக ஐன்ஸ்டீனுக்கு முன்பே பல மேதைகள் அறிவுரை கூறியுள்ளார்கள். நம் நாடோ எப்போதும் ஒரு நூற்றாண்டு பின்தங்கியிருக்கிறது. மேற்கத்திய விஞ்ஞானிகள் கைவிட்டவற்றை வளர்ச்சியின் கடைசிக் கண்ணி என்று கருதி நமது விஞ்ஞானிகள் கெட்டியாகப் பற்றிக்கொள்வார்கள்.

இதுபோன்ற பழமையான எண்ணங்களை நமது விஞ்ஞானிகள் நமது சோதனைச்சாலையோடு வைத்துக்கொண்டால் பரவாயில்லை; ஆனால் இதில் வேதனை என்னவென்றால் அதிகாரவர்க்கம் விஞ்ஞானிகளை விளம்பரத்திற்குப் பயன்படுத்திக்கொண்டு, டிராக்டர்களை இறக்குமதி செய்யவும் ரசாயன உரத்தொழிற்சாலை நிறுவவும் இந்திய அரசை கோடிக்கணக்கான பணத்தை இறைக்க வைத்துள்ளது.

மக்களுக்குப் போதுமான உணவை வழங்கத் தேவையான அளவு விளைநிலம் இல்லை என்ற நெருக்கடி ஏற்கெனவே நிலவுகிறது. நிலவளத்தைப் புத்திசாலித்தனமாகப் பயன்படுத்தி போதுமான எரிபொருள் வளத்தையும் உருவாக்கினால்தான் விளைநிலங்களுக்குத் தேவையான தொழுவுரத்தைப் பெற முடியும். அதை விட்டுவிட்டு இன்று நம்மிடமுள்ள ஓரளவு வளமான மண்ணை உடனடியாக அதிக விளைச்சல் வேண்டுமென்ற பேராசையில் பாலைவனமாக மாற்ற முயற்சிப்பதைப் பார்க்கிறோம். செயற்கை உரங்கள் முதலில் மண்ணை ஊக்குவிப்பதால் சிறிது காலத்திற்கு அதிகம் விளைவது போலத் தோன்றக்கூடும்; ஆனால் விரைவில் அது, குடிகாரனின் வீரியத்தைப் போலச் சட்டென்று வடிந்துபோய் முன்பைக் காட்டிலும் மோசமான நிலைக்கு மண்ணை மாற்றிவிடும். தங்க முட்டையிடும் வாத்தினைக் கொன்ற பாவம் நமக்கு வராதா?

இது பேராசிரியர் ஐன்ஸ்டீனுடைய சொந்தக் கருத்து என்றால் அதைச் சுலபமாகப் புறக்கணித்து விடலாம். ஆனால், அந்தக் கருத்து அதிகமான உரமும் ட்ராக்டரும் பயன்படுத்தியதால் வட அமெரிக்காவிலும் ஆஸ்திரேலியாவிலும் ஏற்பட்ட மோசமான விளைவினால் ஏற்பட்ட கருத்தாகும்.

சிறிது காலத்திற்கு முன்பு நமது அரசாங்கத்தினால் அழைக்கப்பட்ட ஆஸ்திரேலிய பொருளாதார நிபுணர் கோலின் கிராண்ட் கிளார்க் கூறியதை வாசகர்களுக்கு

நினைவூட்டுகிறோம். தொழிற்சாலை தீமையானது என்பதால் குடிசைத் தொழில்களை அடிப்படையாகக் கொண்டு இந்தியா வளர்ச்சியடைவதையே திட்டமிடுவதாக அவர் கூறினார். இவர்கள் வரட்டு காந்தீயவாதிகள் என்றும், கடிகாரத்தைத் தலைகீழாகச் சுழல விடுபவர்கள் என்றும் சொல்லி ஒதுக்கிவிட முடியாது. அனுபவத்தில் விளைந்த அறிவின் குரலைக் கேட்கப் போகிறோமா, அல்லது நாமே உருவாக்கிய அழிவின் பாதையில் தொடரப்போகிறோமா?

மேற்குலகின் தொழில் அமைப்பு நமது தொழில் அமைப்பைச் சிதறிப்போகச் செய்துவிட்டது. நம் தேசத்தின் அரசு நமது விளைநிலங்களைப் பாலைவனமாக்கப் போகின்றதா? கடவுள் காப்பாற்றட்டும்.

ஜூலை 1949

மேலை நாட்டு நுட்பங்கள்

சில மாதங்களுக்கு முன்பு உணவு நெருக்கடியைச் சமாளிக்க இந்திய அரசுக்கு யோசனை கூற பாயிட் ஓர் என்கிற பிரபு அழைக்கப்பட்டிருந்தார். உணவுக் குறைபாட்டின் அளவையும் உணவு உற்பத்தியை அதிகரிக்கக் கூடிய வாய்ப்பையும் ஆராய்ந்த அவர், இவ்விஷயத்தில் போர்க்கால அடிப்படையில் செயல்பட்டாலன்றி உணவு உற்பத்தியில் தன்னிறைவடைவது கடினம் என்று கூறினார். “வாசலில் எதிரி வந்து நின்றிருந்தால் எப்படி வேகமாகச் செயல்படுவார்களோ அப்படி முழு மூச்சுடன் முனைப்பாக உணவு உற்பத்தியைப் பெருக்கும் முயற்சியில் இறங்க வேண்டும். எதிரி வாசலில்தான் நிற்கிறான் – பசி என்கிற எதிரி.” என்று அவர் கூறிய அறிவுரையின் அடிப்படையில்தான் நமது உணவு அமைச்சகம் 1951ஆம் ஆண்டில் உணவு உற்பத்தியில் தன்னிறைவு அடைந்துவிட வேண்டுமென எதிர்பார்க்கிறது.

தற்போதுள்ள நிலை என்ன? அரசு இயந்திரம் நிலைமையைச் சமாளிக்க முழு வீச்சில் செயல்படுகிறதா? போர்க்காலத்தில் மற்றெல்லாக் குறிக்கோள்களும் பின்னுக்குத் தள்ளப்பட்டு, போருக்கு முழு முற்றான முன்னுரிமை அளிக்கப்படுகிறது. சிக்கனமும் தனி மனிதக் கட்டுப்பாடும் தலையெடுத்து, துய்ப்புக்கும் ஆடம்பரத்துக்கும் முடிவு கட்டுகின்றது. நமது தலைவர்கள் இதனைத் தொடங்கிவைத்து அவர்களது நேர்மையைப் பறைசாற்றட்டும். ஆயிரம் ரூபாய்க்குக் கல்கத்தா ரசகுல்லாவும், காஷ்மீரத்துப் பாடகர்களை அழைத்து நந்தவனத்தில் கேளிக்கை விருந்துகள் நடத்தியும் இதைச் செய்ய முடியாது. எந்த நம்பிக்கையின் அடிப்படையில் பாயிட் ஓர் பிரபு தமது கருத்தை முன்வைத்தாரோ அதற்கு முற்றிலும் முரணான நிலை இது. இந்தப் பரந்து விரிந்த நாட்டில் சாமான்ய மனிதன் ஆயிரக்கணக்கான டன் உணவுத் தட்டுப்பாடு ஏன் என்பதைப் புரிந்துகொள்ள முடியாது. ஆனால் நமது தலைவர்களின் சிக்கன நடவடிக்கையைக் கொண்டு அவர்களால் நிலைமையை விளங்கிக்கொள்ள முடியும்.

பற்பல துறைகளிடையே போதிய பரிமாற்றமில்லை. ஒவ்வொன்றும் அதனதன் இறுக்கமான கூண்டுக்குள் ஆழ்ந்த உறக்கத்தில் கிடக்கின்றன. உணவுத்துறை வெறும் விளம்பரங்களைப் பரப்புவதில்மட்டுமே கவனம் செலுத்துகிறது. அமைச்சகங்களில் செல்வாக்குள்ள பெரிய மனிதர்களால்கூடத் தேர்ந்தெடுத்த விதைகளையோ உரத்தையோ தேவையான தொழில்நுட்ப உதவிகளையோ உணவு அமைச்சகத்திலிருந்து பெற முடியவில்லை. அதிக திறமையைவிட அதிகக் காலம் வேலையில் இருப்பதை வைத்தே பதவி உயர்வும் புகழும் பெறும் அரசாங்க அதிகாரிகளின் தலைமையில்தான் இந்தத் துறைகள் இயங்குகின்றன. எவ்வித நேரடி அனுபவமும் அற்ற இவர்களிடமிருந்து எதுவும் கிடைக்காதிருப்பதில் வியப்பொன்றுமில்லை. எனவே காலத்தைக் கடத்துவது தவிர அவர்களுக்கு வேறு வேலை இல்லை. அந்தக் கலையில் அவர்களை யாரும் மிஞ்சமுடியாது!

ஜே.சி. குமரப்பா

எனவே முதன்மையாகச் செய்ய வேண்டிய வேலை என்பது கோப்புகளை மட்டுமல்லாமல், துறைக்குத் தேவையான அனுபவமுள்ளவர்களைத் தலைமைப் பொறுப்பில் அமர்த்துவதுதான். கூடவே நிர்ணயிக்கப்பட்ட இலக்கை எட்ட வேண்டிய காலத்தையும் குறிப்பிட்டுச் சொல்ல வேண்டும். நிர்ணயிக்கப்பட்ட இலக்கை எட்டாதவர்களுக்கு இப்போதுபோல பதவி உயர்வு அளிக்காமல் பதவி நீக்கம் செய்ய வேண்டும். பொறுப்பற்ற நிலைமையில் கடுமையான நடவடிக்கை எடுப்பதே பொறுத்தமாக இருக்கும்.

பாயிட் ஓர் பிரபு பேசிய சிறிது நேரத்தில் பேசிய திரு. நோர்ரிஸ் டாட், (இவர் ஐ.நா. உணவு மற்றும் விவசாய நிறுவனத்தின் டைரக்டர் ஜெனரலாக பாயிட் ஓர் பிரபுவுக்குப் பின்பு பதவியேற்றவர்) பேசியபோது அவநம்பிக்கை கூடுதலாகத் தொனித்தது. தற்போது இறக்குமதி செய்யப்படும் 400 லட்சம் டன் உணவைப் பதினைந்து லட்சம் டன் அளவுக்குக் குறைப்பதற்கே 10 ஆண்டுகள் பிடிக்கும் என்று அவர் கருதினார்.

இதற்கு மேலும் அவர் நமது 'நவீன, விஞ்ஞானப்பூர்வமான, முற்போக்கான' சொகுசு நாற்காலி தொழில்நுட்ப வல்லுனர்களுக்கு அறிவுரை வழங்க முற்பட்டார். நிலத்தைத் திருத்தி மண்ணை மட்டப்படுத்த மட்டுமே இயந்திரங்களைப் பயன்படுத்த வேண்டும். மண் அரிப்பைத் தடுக்க வேண்டும் என்றும் அளவுக்கு மீறிய செயற்கை உரப் பயன்பாட்டுக்குப் பதிலாகத் தீவனப் புல் வகைகளை வளர்த்தால் மண்ணில் நைட்ரஜனையும் நீர்ப்பிடிப்புத் தன்மையையும் தக்க வைக்க முடியும் என்றார். இந்தக் கொள்கையைக் கடைப்பிடித்து, காட்டை அழிப்பதை நிறுத்தி, மண் அரிப்பைத் தடுத்து, ஆழ்துளைக் கிணற்றுப் பாசனத்தை விரிவுபடுத்தினால்தான் இந்தியாவின் உணவுப் பிரச்சனையை ஒருவாறாகத் தீர்க்க முடியும் என்றார்.

மேற்குலகின் பெரும் பண்ணைகளில் பயன்படுத்தப்படும் சாகுபடி முறைகளைப் புகுத்தி நீண்டகாலமாகப் பயனுள்ளதென

நிறுவப்பட்ட, முறைகளைப் 'புரட்சிகரமாக்குவதாகக் கூறிப் புறக்கணிக்கும் முட்டாள்தனத்தையும் அவர் சட்டென்று புரிந்துகொள்ளத் தவறவில்லை. விவசாயத்தை ஒரு தொழிலாகச் செய்வதற்கும் அதே விவசாயத்தை ஒரு பிழைப்புக்கான வேலையாகச் செய்வதற்கும் உலகளவு வித்தியாசம் உண்டு. வட அமெரிக்காவில் மோட்டார் தொழிலைப்போல விவசாயமும் ஒரு தொழில். எனவே ஒரே மாதிரியான கொள்கைகள்தான் இரண்டிலும் ஆட்சி செய்கின்றன. இந்தியாவில் விவசாயத்தைச் சூழ்ந்திருக்கும் நிலைமைகள் வேறாக இருப்பதால் அதனை நடைமுறைப்படுத்த வேறு வகையான கொள்கைகள் அவசியம். எடுத்துக்காட்டாக, ஓர் உணவு விடுதியில் சமைப்பவர் தரம் குறையுமென்ற போதும் விலைகுறைந்த பொருட்களை லாபத்திற்காக உபயோகப்படுத்துகிறார். ஆனால் ஒரு தாய் தன் பிள்ளைகளுக்குச் சமைப்பது இவ்வாறு நடக்காது. முதலாவதில் சமைப்பது என்பது ஒரு தொழில்; ஆனால் மற்றதில் சமைப்பதும் ஒரு கடமை. நம் நாட்டில் விவசாயத்தைப் பொறுத்தவரை இந்த வேறுபாட்டை நினைவில் கொள்வது அவசியம். அதை விட்டுவிட்டு அபரிமிதமான உழைப்புச் சக்தியும் குறைவான மூலதனமும் கொண்ட நமது நாட்டிற்கு முதலாளித்துவக் கொள்கைகளை இறக்குமதி செய்ய முயலக்கூடாது.

ஜூலை 1949

அந்நிய வணிகத்தின் உண்மையான நிறம்

நமது அந்நிய வர்த்தகம் சமன் குலைந்து போயிருக்கிறது. முழுமையாக உற்பத்தி செய்த சரக்குகளை ஏற்றுமதி செய்து மென்மேலும் உணவை இறக்குமதி செய்வதற்காகத் தற்போது பெரும்பாலும் பாதியளவு உற்பத்தி செய்யப்பட்ட பல சரக்குகளை நாம் இறக்குமதி செய்துகொண்டிருக்கிறோம். இதைவிட அதிருப்தியான நிலைமை இருக்க முடியாது. பிரித்தானியாவின் இரண்டாவது பெரிய சந்தையாக விளங்குகிறது இந்தியா. இயந்திரங்களைப் பொறுத்தவரை மற்ற நாடுகளின் இறக்குமதியைப் போல் இந்தியா இருமடங்கு அதிகமாக இறக்குமதி செய்வதால், உலகிலேயே அதிகமாக இயந்திரங்கள் வாங்கும் நாடு இந்தியாதான். ஜவுளி இயந்திரங்களைப் பொறுத்தவரை பிரித்தானியாவின் மொத்த ஏற்றுமதியில் 30% இந்தியாவுக்கே அனுப்பப்படுகிறது. இந்தியாவுக்கு அடுத்தபடியாக அதிக இறக்குமதி என்பது இதில் மூன்றில் ஒரு பங்குதான் (10%).

வெளியிலிருந்து இறக்குமதி செய்வது கூடாது என நாம் எதிர்க்கவில்லை. ஆனால், அனைத்திந்திய தொழிற்துறைப் பணியாளர் அமைப்பின் தலைவர் நமது இறக்குமதியைச் சமன் செய்வதற்காக நாம் உற்பத்தி செய்த சரக்குகளை ஏற்றுமதி செய்ய வேண்டுமென்று கூறும்போது நாம் அபாயகரமான நிலையில் இருப்பது போல் தோன்றுகிறது. குறிப்பாக, உணவையும் மற்ற அடிப்படைத் தேவைகளையும் நாம் இறக்குமதி செய்ய வேண்டிய நிலை வருமானால் அதுவே இறுதியில் நாடுகளுக்கிடையே மோதலை உண்டாக்கிவிடும். தேசிய அரசின் கீழ் நமது பொருளாதாரத்தின் சாயல் மாறி வருவதைப் பார்த்தால் அது மோசமாகி வருவதுபோல் அச்சமேற்படுகிறது. ஒரு சமச்சீரான பொருளாதாரம் மக்களின் அடிப்படைத் தேவைகளைப் பெருமளவில் நிறைவு செய்ய வேண்டும்.

நமது உற்பத்தி அதிலும் குறிப்பாக உணவு, உடை, உற்பத்தி அந்நிய இறக்குமதியைச் சார்ந்ததாக இருக்கக்கூடாது. நெசவு உற்பத்திப் பொருட்களை ஏற்றுமதி செய்வதன் மூலமாக அதிக உணவுப்பொருட்களை இறக்குமதி செய்யலாம் என்பது ஏற்கத்தக்க வாதமல்ல. இத்தகைய நடவடிக்கையினால் ஏற்படும் பாதிப்புகளைக் கணக்கில் எடுத்துக்கொள்ள வேண்டும்.

உணவு உற்பத்தியை அதிகரிக்க அரசு எடுத்துவரும் முயற்சிகள் பாராட்டத்தக்கன. இவற்றிலும் டிராக்டர்களுக்காகவும், இரசாயன உரங்களுக்காகவும் பெட்ரோலியம், கச்சா எண்ணை போன்ற அந்நிய இறக்குமதியைச் சார்ந்திருக்கக்கூடாது. இத்தகைய சார்பு இறுதியில் சர்வதேச அளவில் சிக்கல்களை உருவாக்கும் வகையில் நமது பொருளாதாரத்தைச் சீர்குலைத்துவிடும்.

நிதி மேலாண்மைக்காகவும் தரிசு நிலங்களில் உணவு உற்பத்தி செய்யவும் எடுக்கப்பட்டுவரும் முயற்சிகள் நல்லனவே. ஆனால், உணவு தானியங்களை இறக்குமதி செய்வதற்காக நமது விளைநிலங்களை ஏற்றுமதிக்கான

வணிகப் பொருட்களை உற்பத்தி செய்யப் பயன்படுத்துவதும் தவறான அணுகுமுறையே.

சில வசதிபடைத்த விவசாயிகள் சென்னை அருகே உள்ள சில பகுதிகளில் கச்சா எண்ணை பம்பு செட்டுகளை நிறுவினார்கள். தேவையான எரிபொருள் கிடைக்காததால் போரின்போது அவர்களின் பொருளாதாரம் தடம்புரண்டது. ஒரு சிலர் இந்தப் பற்றாக்குறையால் நொடித்துப் போய் விட்டார்கள்.

நமது நாட்டில் இல்லாத, உற்பத்தி செய்யப்படாத பொருட்களை நம்பி நம் பொருளாதார அமைப்பை நிறுவுவது தற்கொலைக்குச் சமம். ஜப்பானின் அனுபவத்தினைக் கண்டு நாமும் பயனடைவோம். அணுகுண்டுக்குப் பயந்து ஜப்பான் சரணடையவில்லை. தொடர்ந்து போர் நடத்தப் போதிய பெட்ரோல் கையிருப்பில்லை என்பதாலேயே ஜப்பான் வட அமெரிக்காவிடம் சரணடைந்தது. ஹிரோஷிமா ஒரு கௌரவமான சாக்கு அவ்வளவுதான். முன்னேற்றம் சிறிதளவே சாத்தியம் என்றாலும் நாம் நம் காலில் நிற்போம். வளர்ச்சியின் வேகத்தை அதிகரிக்க முயல்வது பேரழிவிற்கு இட்டுச் சென்றுவிடும். எளிதில் திருப்பித்தர இயலாத இத்தகைய பெரும் அயல்நாட்டு உதவி புதிதாக நாம் அடைந்த சுதந்திரத்தின் சுருக்குக் கயிறாகவே மாறும்.

(கிராம உத்யோக் பத்திரிகா, மே 1948)

பதநீர்

காங்கிரஸ் அரசாங்கத்தின் மதுவிலக்கு கொள்கைக்கு எதிராக மக்களிடம் பிரச்சாரம் செய்யும் கட்சிகள், பதநீர் குறித்துச் சில தவறான கருத்துக்களைப் பரப்பி வருகின்றன. பதநீர் போதையளிக்காத ஊட்டச்சத்து மிக்க பானம் என்று மெய்ப்பிக்க ஏராளமான சான்றுகள் உண்டு.

பனை மரத்திலிருந்து கிடைக்கும் இனிப்பான சாறுதான் பதநீர். தண்ணீர் எனப் பொருள்படும் நீர் என்ற வடமொழிச் சொல்லிலிருந்து உருவானதே 'நீரா' என்ற பெயர். பனை மரத்திலிருந்து கிடைக்கும் இனிப்பான சாறு நிறமற்ற, தீதற்ற, தெளிந்த நீரைப் போன்றது. எனவே இது பதநீர் என்றழைக்கப்படுவது பொருத்தமானது. இந்தியாவில் பதநீர் நான்கு வகை மரங்களிலிருந்து கிடைக்கிறது. அவை, தென்னை மரம் (மராத்தியில் மாட், குஜராத்தியில் நாரியேல்),

விசிறிப்பனை அல்லது பனைமரம் (மராத்தி, குஜராத்தியில் டாட்), பேரிச்சை (மராத்தி, இந்தி, குஜராத்தியில் கஜூரி) மற்றும் சவ்வரிசிப் பனை (மராத்தியில் பெர்லி அல்லது சுர்மத்).

பனையிலிருந்து பதநீர் இறக்கவும் போதைமிக்க கள் இறக்கவும் பின்பற்றப்படும் வழிமுறையில் மாற்றமில்லை. மேற்சொன்ன அனைத்துவகை மரங்களிலிருந்தும் சாறு இறக்கும்போது இனிப்பாக மட்டுமே இருக்கும். தென்னை மரத்தின் மடல்களிலிருந்தும், சவ்வரிசிப் பனையின் மடல்களிலிருந்தும், பனைமடல், பனம்பழங்களிலிருந்தும், பேரிச்சை மரத்தின் நடுத்தண்டுகளிலிருந்தும் பதநீர் கிடைக்கிறது. மேற்சொன்ன மரங்களின் மடல், பழம், நடுத்தண்டு இவற்றைக் கீறிச் சாற்றினைச் சேகரிப்பது வடித்தல் எனப்படுகிறது. பதநீரையும் கள்ளையும் வேறுபடுத்துவது அவற்றைச் சேகரிக்கும் பானையை எப்படிப் பயன்படுத்துகிறோம் என்பதைப் பொறுத்தது. பதநீர் வடிக்க வேண்டுமானால் பானைகளைத் தினசரி துப்புரவாகக் கழுவி சுத்திகரித்து உட்புறத்தில் சுண்ணாம்புக் குழம்பைப் பூசியபின் மடல்களில் கட்டித் தொங்கவிட வேண்டும். இதுபோன்ற பானைகளில் வடிக்கப்படும் பதநீர், பகல் நேரத்திலும், மேக மூட்டத்துடன் இறுக்கமான தட்பவெட்பத்திலும் கூட அதன் இயற்கைத் தன்மை மாறாமல் தெளிவாகவே இருக்கும். பதநீரில் கலந்துள்ள சுண்ணாம்பை எளிதாக இறுத்தோ வடிகட்டியோ நீக்கிவிடலாம். ஒவ்வொரு முறையும் பதநீர் வடிப்பதற்கும் புதிய பானை தேவையில்லை. மேற்கூறிய முறையில் சுத்திகரிக்கப்பட்ட பானைகளை அவை உடையும் வரை பயன்படுத்தலாம்.

நாட்பட்ட அனுபவமும் அண்மைக்காலச் சோதனைகளும் பதநீரில் போதைப் பொருள் இல்லை என்பதை நிரூபிக்கின்றன. தென்னை மரத்தின் பதநீருக்கும் கரும்புச் சாறுக்குமிடையிலுள்ள வேறுபாடுகள் குறிப்பிடப்பட்டுள்ளதைக் கவனிப்பது பயனுள்ளதாக இருக்கும். குன்னூரிலுள்ள இந்திய ஆராய்ச்சி

நிதியக் குழுமத்தின் ஊட்டச்சத்து அளவை சோதனைச்சாலை இந்த ஒப்பீட்டினைச் செய்து முடிவை வெளியிட்டுள்ளது.

உள்ளடக்கம்	பதநீர்	கரும்புச்சாறு
ஈரப்பதம்	84.12%	75.99%
புரதம்	0.10%	1.4%
கொழுப்பு	0.17%	0.6%
கனிமநீர்	0.66%	0.3%
மாவுச் சத்து	14.35%	21.8%

மெட்ராஸ் அரசாங்கத்தின் வேளாண் வேதியியலாளரின் கருத்துப்படி பனை மரத்துப் பதநீரின் உள்ளடக்கம்: தண்ணீர் – 82–85%, சுக்ரோஸ் – 13–16%, குளுக்கோஸ் – 0.1–0.4%

பேரிச்சைப் பதநீர், கரும்புச்சாறு இவற்றின் தன்மை குறித்து அரசு வேளாண் வேதியியலாளரின் அறிக்கை இந்திய வேளாண் துறை மலரில் வெளியானது. அதன் விவரம் கீழுள்ள அட்டவணையில் பதியப்பட்டுள்ளது. (வேதியியல் சேவைகள் தொகுதி V, எண்: 3, செப்டம்பர் 1918).

உள்ளடக்கம்	பேரிச்சை பதநீர்	கரும்புச்சாறு
சுக்ரோஸ்	10.62%	18.28%
குறையும் சர்க்கரை	0.92%	0.76%
சாம்பல்	0.24%	
புரதங்கள்	0.30%	0.62%
கரியமில வாயு	0.65%	
தண்ணீர்	87.20%	79.35%
அறியப்படாதவை	0.63%	0.99%

பதநீரில் சிறிதளவு சுக்ரோஸ் இருப்பதால் அது உடலைக் குளிர்விக்க உதவுகிறது. மேலும் அதிலுள்ள வைட்டமின் B, B1 ஆகியவை உடல் நலத்திற்கு உத்திரவாதமளிக்கும். குன்னூர் ஊட்டச்சத்து சோதனைச்சாலை அதிலுள்ள கனிமங்களை

அளவிட்டுள்ளது. அதன்படி கால்சியம் – 0.149 %, பாஸ்பரஸ் – 0.011 %, இரும்பு – 0.76 % ஆகியவை பதநீரில் உள்ளன.

பதநீரை ஒரு பானமாக விளம்பரம் செய்வது ஒருவகையில் மதுவிலக்குப் பிரச்சாரத்திற்குத் துணை செய்வதாகும். மதுவிலக்குப் பிரச்சாரத்தினை வெற்றியடையச் செய்ய வேண்டுமானால் நம் நாட்டின் தேசியச் செல்வமான பனை மரங்களைப் பயனுள்ள உற்பத்திக்கு அதாவது அதன் இனிமையான சாற்றைப் பானமாகவோ அல்லது வெல்லமாகவோ உற்பத்தி செய்வதற்குப் பயன்படுத்த வேண்டும். இதுவரை கள் இறக்கும் தொழிலில் ஈடுபட்டு வந்தவர்களுக்கும், அந்தச் சமூகத்தைச் சேர்ந்த பிறருக்கும் வேலை வாய்ப்பு ஏற்படுத்துவதும் முக்கியமாகும். மதுவிலக்குப் பிரச்சாரம் விரிவடையும் போது மேலும் எண்ணற்றோர் வேலையை இழக்கப்போகிறார்கள். ஏற்கனவே வேலை யில்லாத் திண்டாட்டம் மலிந்து கிடக்கும் இந்நாளில் அவர்களுக்கெல்லாம் எப்படி வேலை கிடைக்கும்? அவர்களுக்கு வேறு தொழிலை எவ்வாறு, யார் கற்பிக்க முடியும்? இனிமையான பதநீரை ஒரு பானமாகப் பயன்படுத்துவோமானால், இந்த நிலையை மாற்றுவதோடு அம்மக்களுக்கு வேலை வாய்ப்பையும் பனைமரங்களிலிருந்து சிறந்த பயனையும் பெற முடியும்.

பதநீர், தேங்காய்த் தண்ணீர் போல ஒரு சுவையான, ஊட்டச்சத்து மிக்க தீங்கற்ற பானம். ஆனால், அது தேங்காய்த் தண்ணீரை விட அதிக இனிப்பானது. இடைவிடாது குடித்துவந்தால் உடல் எடையும் பலமும் அதிகரிக்கும். பதநீர் பல கோளாறுகளைக் குணப்படுத்துவதாகவும் அறியப்படுகிறது. சுண்ணாம்பு தடவப்படாத பானைகளில் பதநீர் வடிக்கப்படுமானால் சூரியோதயத்திற்குப் பிறகு அது புளித்து போதை தரும் பானமாக மாறிவிடும். இதை அறிந்ததால் தான் நமது முன்னோர்கள் சூரியோதயத்திற்குப் பிறகு பதநீர் அருந்துவது தீங்கானது என்று கூறினார்கள். ஆனால், பல்வேறு சோதனைகளுக்குப் பிறகு பதநீரைப் புளிக்காமல் தடுக்கும் முறை கண்டுபிடிக்கப்பட்டு

விட்டது. மரத்திலிருந்து பானைகளை இறக்கிய பின்னரும் சுண்ணாம்பு தடவியிருப்பதால் பதநீர் பன்னிரெண்டு மணிநேரம் வரை இனிப்பாகவே இருக்கும். பானையின் அடிப்பாகத்தில் சுண்ணாம்பு படிந்து வருவதால் பதநீர் தெள்ளிய நீரைப்போலவே இருக்கும். எனவே அதனைச் சூரியோதயத்தின் பின்னரும் கூட ஊட்டச்சத்து மிகுந்த பானமாகப் பயன்படுத்த முடியும்.

கிராம உத்யோக் பத்திரிகா, ஜூலை 1939.

சமுதாயச் செயல் திட்டங்கள்

(1952 ஆம் ஆண்டு வட அமெரிக்காவின் தூதர் திரு. செஸ்டர் பௌல்ஸ் இந்தியாவுக்கான முதல் கட்ட உதவிகளுக்கான திட்டத்தை முன் வைத்தபோது திரு. குமரப்பா எழுதியது.)

இந்திய திட்டக் கமிஷனுடைய சமுதாயத் திட்டங்களுக்கான நிர்வாகம் தனது திட்டங்கள் குறித்த வரைவினை வெளியிட்டுள்ளது. இந்த வரைவு பிரசுரத்தில் அளிக்கப்பட்டுள்ள தரவுகள் மிகவும் குறைவாகவே உள்ளதால் திட்டங்கள் குறித்து விரிவாக ஆராய இயலவில்லை. ஆயினும் திட்டங்கள் குறித்த விரிவான கணிப்புகளை முன் வைக்க முடியும்.

நமது பிரதம மந்திரியும் வட அமெரிக்கத் தூதரும் கையெழுத்திட்டுள்ள இந்திய வட அமெரிக்கத்

தொழில்நுட்ப ஒப்பந்தம் எந்தவொரு சுய கௌரவமுள்ள, இறையாண்மையுடைய நாட்டிற்கும் ஏற்றதல்ல. காரணம், அது நம் நாட்டில் பணியாற்றும் அந்நிய தேசத்தவர்களுக்கு நம் சட்டதிட்டங்களுக்கு உட்படாத பாதுகாப்பை வழங்கியுள்ளது. இது நம் மண்ணில் அந்நியர் பகுதிகள் உருவாக வழிசெய்யும். பொதுவாகச் சர்வதேச உறவுகள் விஷயத்தில் இறையாண்மையுடைய நாடுகள் தங்கள் குடி மக்களுக்கு அளிக்கப்படும் மரியாதையைத் திருப்பிச் செய்வதுதான் வழக்கமாக இருந்து வருகிறது. ஆசியாவைச் சேர்ந்தவர்கள் என்ற காரணத்தைச் சொல்லி வட அமெரிக்கா மிகச் சிறிய எண்ணிக்கையில்தான் நம் நாட்டவரைத் தனது நாட்டிற்குள் அனுமதிக்கிறது. இருந்தும் நாம் அந்நாட்டவருக்கு நம் சட்ட திட்டங்களுக்கு ஆட்படாத பாதுகாப்பை அளித்திருக்கிறோம். இந்தச் சலுகை இதுவரை எங்கும் கேள்விப்படாதது. நாம் ஏன் இப்படிப் போய் அந்நியர் காலில் விழ வேண்டும்? டிராக்டர் ஓட்டுவது ஒன்றைத் தவிர அவர்கள் கையிலிருக்கும் 'அறிவு' தான் என்ன? எதற்காக இந்தச் சிறப்பு சலுகை? நமது அரசு நம் தேசத்தவரைப் பாதுகாக்கும் வலிமை அரசிடம் இல்லையென்று ஒப்புக்கொள்கிறதா? நாம் என்ன அந்த அளவிற்கு ஊழல் பேர்வழிகளா அல்லது காட்டுமிராண்டிகளா?

இந்திய ரூபாயில் வெறும் இரண்டணா மட்டுமே வழங்கும் வட அமெரிக்காவிற்குச் சமுதாயச் செயல் திட்டங்களின் விவகாரங்களைக் கட்டுப்படுத்தும் உரிமை வழங்கப்படுகிறது. எதற்காக நாம் மண்டியிட்டு அந்த இரண்டணாவை வாங்க வேண்டும்? மொத்தமுள்ள 55 திட்டங்களைச் செயல்படுத்தப் போதுமான நிதி கைவசம் இல்லையெனில், அதில் எட்டிலொரு பங்கு திட்டங்களைக் குறைத்துக்கொண்டு 48 திட்டங்களை மட்டும் செயல்படுத்தி நமது சுய கௌரவத்தைக் காத்துக் கொள்ளலாமே?

அதனால் பெரிய நஷ்டம் ஒன்றுமில்லை. ஆனால் அது நமது தற்சார்பையும் அனுபவத்தையும் விரிவாக்கும். நாட்டின் பகுதிகளை அந்நியர் சோதனை செய்து பார்க்கக்

கையளித்து விட்டுவிடுவது ஆபத்தானது. கிராமப்புற மறுகட்டமைப்புக்கென அந்நியர்களை அழைத்து இப்படிக் கூழைக்கும்பிடு போடுவதன் மூலம், தனது அமைச்சர்கள் மீது பிரதம மந்திரி எந்த அளவிற்கு அவ நம்பிக்கை கொண்டிருக்கிறார் என்பதை வெட்ட வெளிச்சமாக்குகிறார். பிரச்சனைகளைத் தீர்த்துக்கொள்ளவும் நாட்டை மீள் கட்டமைத்துக் கொள்ளவும் வல்லமையற்றுப் போன ஒரு தேசம் தன்னாட்சி செய்யும் உரிமை பெறத் தகுதியற்றது.

எந்தவொரு திட்டத்தையும் செயல்படுத்த, திட்டத்தின் பயனாளிகள் குறித்த ஆழ்ந்த அறிவு முக்கியத் தேவையாகும். மேற்சொன்ன திட்டம் இந்த அத்தியாவசியமான தேவையை முற்றாகப் புறக்கணிக்கிறது. இயந்திரங்களை இயக்கும் அறிவு மட்டுமே மக்களை நிர்வகிக்கப் போதுமானது என்னும் அடிப்படையில் இத்திட்டம் முழுவதும் வடிவமைக்கப்பட்டுள்ளது. இத்திட்டத்தின் செயல்பாட்டிற்குப் பொறுப்பானவர்கள் நமது மக்களின் உளவியலைப் புரிந்து கொள்வது குறித்து எந்த அக்கறையும் செலுத்தவில்லை. நமக்கு எஸ்கிமோக்களைப் பற்றி எந்தளவு தெரியுமோ அதே அளவுகுத்தான் நம்மைப் பற்றி வட அமெரிக்கர்களுக்குத் தெரியும். அவ்வாறிருக்க நமக்குப் பாடம் சொல்ல அவர்களுக்கு என்ன தகுதி இருக்கிறது?

நமது கிராமப்புற மக்களின் வாழ்க்கை சுயசார்பையும் சுய நிர்வாகத்தையும் ஊக்குவிக்கும் தத்துவத்தையும் வாழ்க்கை முறையையும் அடிப்படையாகக் கொண்டது.

இந்த அடிப்படையில் நாம் மீள் கட்டமைப்பைச் செயல்படுத்தவில்லையெனில் நமது முயற்சிகள் வீணாகிப் போவதோடு மட்டுமின்றி சமுதாயமும் பண்பாடும் சீர்குலைந்து போகவும் வழிகோலிவிடும். நமது குறிக்கோள்கள் என்ன? நாளடைவில் தீர்ந்துபோகும் சரக்குகளை உற்பத்தி செய்யும் தொழிற்சாலைகளைக் கட்டுவதா அல்லது சீரிய பண்பாட்டுப் பின்புலத்தைக் கொண்ட தேசத்தைக் கட்டமைப்பதா? பின்னதுதான் நமது குறிக்கோள் என்றால்

நமது பிரதம மந்திரி – அப்பணியை ஒப்படைத்துள்ள வட அமெரிக்கர்கள் – அதற்கு முற்றிலும் தகுதியற்றவர்களாவர்.

இத்திட்டம் நிலச்சீர்திருத்தம் என்னும் கிராமப்புற வளர்ச்சியின் அடிப்படையான பிரச்சனையைப் புறக்கணிக்கிறது. எனவே அது வீணானது. ஒட்டு மொத்தச் சமூகத்திற்கும் பயன்படும் வகையில் நிலத்தை மக்களிடம் திருப்பியளிப்பதே நிலச் சீர்திருத்தமாகும். இதுவே நமது கிராமக் குடியரசுகளின் அடிப்படையாக இருந்தது. வணிகச் சரக்குகளை உற்பத்தி செய்யும் கருவியாகவே நிலத்தை அமெரிக்கர்கள் பார்க்கிறார்கள். இத்தகைய அணுகுமுறை போட்டியையும் சச்சரவையும் ஏற்படுத்தும். வட அமெரிக்காவில் அளவற்ற சுரண்டலின் காரணமாக நிலம் பயனற்றுப் போய்க்கொண்டிருக்கிறது.

சத்துணவிற்கு உத்தரவாதமளிக்கும் பிராந்திய அளவிலான உணவுத் தன்னிறைவைக் குறித்து இத்திட்டம் எதுவுமே குறிப்பிடவில்லை. எனவே பஞ்சம் ஏற்படுவதைத் தவிர்க்க இயலாது. மக்களின் உணவுப் பழக்கங்களை நாம் ஆராய வேண்டியது அவசியம். எல்லையற்றுப் பெருகும் நுகர்வை அடிப்படையாகக் கொண்ட உணவுப் பழக்கம் இந்தியாவிற்குப் பொருந்தாது என்பதோடு, உலகிற்கு அமைதியையும் கொண்டு வராது.

கொரியா தொடங்கி மேற்கு ஜெர்மனி வரை ரஷ்யாவின் ஆதிக்கத்தைத் தடுக்கும் நோக்கில் வட அமெரிக்கா எழுப்ப முனையும் தடுப்புச் சுவரின் ஒரு பகுதிதான் இத்திட்டம். கொரியா சென்ற பாதையில் இந்தியாவை இட்டுச் செல்வதற்கே இந்த முயற்சி. வட அமெரிக்கக் கூட்டணிக்கு இரையாவதில் அபாயமுள்ளது. எனவே வன்முறைக்கு எதிராக உறுதி பூண்டிருக்கும் நம்மைப் போன்றோர் இந்தத் திட்டத்துடன் சம்பந்தப்பட இயலாது. வட அமெரிக்காவின் போர் முனைப்பின் ஒரு பகுதியே என்பதை அறிந்த பின், இத்திட்டத்திற்கென செலவிடும் சிறிய தொகை அந்நாட்டிற்கு ஒரு பொருட்டே அல்ல என்பது விளங்கும். அகன்று

விரிந்த ரஷிய முன்னணிக்கு எதிரான போர்த்தளங்களைக் கட்டுவிக்க முனைந்திருக்கும் வட அமெரிக்காவின் தயாரிப்பில், வெறும் எட்டு மில்லியன் டாலர் என்பது மிகச் சிறு தொகைதானே? இந்தத் திட்டத்தில் ஒத்துழைப்பதால் உலகப் போரின் தயாரிப்புக்கு நாமும் உதவிக்கரம் நீட்டிய குற்றத்திற்கு ஆளாகிவிடுவோம்.

ஏகாதிபத்திய பிரிட்டிஷ் அரசு விடை பெற்றுச் சென்றபின் நம் நாட்டில் ஆட்சிக்கு வந்த திறனற்ற நிர்வாகத்தினால் ஏற்பட்டிருக்கும் வெற்றிடத்தை ஆக்கிரமிக்க முயலும். அமெரிக்க நிதி ஏகாதிபத்தியத்தின் கத்தி முனையே இந்த நிதி உதவி என்று பொதுவாக எனக்கொரு பயமுண்டு. இக்காரணத்தினால்தான் மேற்கூறிய திட்டத்தில் பங்கேற்போர் தங்கள் சொந்த நாட்டினை நிர்மூலமாக்குவதற்காக நாட்டின் எதிரிகளோடு சேர்ந்து பணியாற்றும் Quislings* என்று நான் கருதுகிறேன். இன்றைய மோசமான நிலைமை என்னை இவ்வாறு குரூரமாக, வெளிப்படையாகப் பேச வைத்துவிட்டது.

• Quislings : சொந்த நாட்டினை ஆக்கிரமிக்கும் எதிரிகளோடு கூட்டு சேர்ந்து செயல்படுபவர்கள். இரண்டாம் உலகப் போரின்போது நார்வே நாட்டினை ஆக்கிரமித்த ஜெர்மானியப் படையுடன் கூட்டாகச் செயல்பட்டு ஆட்சி அமைத்தவர் நார்வே நாட்டின் Vidkun Quislings என்பவர்.

(கிராம உத்யோக் பத்திரிகா, செப்டம்பர் 1952)

கிராமத் தொழிற்சாலைகளும் திட்டமிட்ட பொருளாதாரமும்

தீர்மானிக்கப்பட்ட இலக்கை நோக்கி முன்னேற முயற்சிப்பதே அதனை நாம் எவ்வாறு அடையப் போகிறோம் என்னும் திட்டத்தின் விவரங்களைத் தீர்மானிக்கும். எனவே நமது திட்டங்களின் நோக்கங்களைத் தெளிவாக வரையறுத்துக்கொள்ள வேண்டும். இங்கு நாம் முன்வைக்கும் திட்டம் இரண்டு அனுமானங்களை அடிப்படையாகக் கொண்டது: முதலாவது பெரும்பான்மை மக்களின் நலவாழ்வு; இரண்டாவது இதனையடைய வேலை வாய்ப்பிற்குப் போதிய வாய்ப்புக்களை உருவாக்கிச் செல்வத்தை முறையாகப் பகிர்மானம் செய்வது. இவற்றையே நாம் அடைய வேண்டிய இலக்காகவும் அதற்கான வழிமுறையாகவும் எண்ணித் தொடங்கினால், இந்த அடிப்படைக் கொள்கைக்கு மாறாக இருக்கும் எல்லாத் திட்டங்களையும் நாம் மறுதலிக்க வேண்டும்.

மனிதர்களின் நலவாழ்விற்குத் தேவைப்படும் பெரும்பான்மையான தொழில்களுக்கான கச்சாப்பொருள்களைத் தன்னகத்தே கொண்டிருக்கும் இந்தியா தொழிற்துறையில் அசைக்க முடியாத இடத்தைப் பெற்றுள்ளது. தொழில் வளர்ச்சியடைந்தவை என்று கருதப்படும் ஐரோப்பிய நாடுகளின் தொழிற்சாலைகள் கச்சாப் பொருட்களை நுகர்பொருள்களாக மாற்றுகின்றன. இந்தியாவில் கிடைக்கும் கச்சாப்பொருள்களினால் உருவாகும் வேலை வாய்ப்புக்கள் அனைத்தும் சட்டப்படி இந்தியாவிற்கே உரியது. நுகர்பொருள்களாக மாற்றாமல் கச்சாப்பொருட்களை நமது எல்லையைத் தாண்டிச் செல்ல அனுமதிக்கக் கூடாது. அப்போதுதான் நமது கச்சாப்பொருட்களில் பொதிந்திருக்கும் செல்வம் நம் நாட்டை வளமாக்கும். கச்சாப்பொருட்கள் நுகர்பொருட்களாக மாற்றப்படுவதே இயற்கையான செல்வ உற்பத்திமுறை. (கச்சாப்பொருள் ஏற்றுமதி போன்ற) செயற்கையான முறைகள் புகுத்தப்பட்டால், இந்த இயற்கை சுழற்சி முறை முறிந்து விடும். குறைவான லாபம் தரும் செயல் முறைகள் ஒரு சாராரிடம் கைமாற்றப்படும். கனிகளை வேறு சிலர் பறித்துக்கொள்வார்கள். இம்முறை குறைவான லாபம் தரும் முறைகளைப் பின்பற்றும் மக்களை வறியவர்களாக மாற்றும். அதிக லாபம் தரும் செயல்முறைகளைக் கைக்கொள்வோரிடம் மென்மேலும் செல்வம் குவியும். லாபவிகிதம் ஒன்றேயானாலும் கச்சாப்பொருளாக இருக்கும் நிலையைவிட நுகர்பொருளாக மாறினால் பொருளின் மதிப்பு அதிகரிக்கும். எனவே கச்சாப்பொருளாகக் கைமாற்றப்படும்போது கிடைக்கும் லாபத்தைவிட நுகர்பொருளாக விற்கும்போது லாபம் அதிகமாக இருக்கும்.

இந்த வித்தியாசங்கள் நாட்டுக்குள்ளேயே எழுந்தால் சில தீய விளைவுகள் உண்டாகும். எனினும் செல்வம் நாட்டுக்குள்ளேயே புழங்குவதால் இதைப் பெருமளவு கட்டுப்படுத்த முடியும். ஆனால் இத்தகைய வித்தியாசங்கள் அரசியல் பொருளாதார எல்லைகளைக் கடந்து

ஏற்படுமானால் அவை விரிந்து பெருகும். ஆக, செல்வத்தைச் சமமாகப் பகிந்தளிக்க விரும்பினால், முதலில் நாம் செல்வ உருவாக்கத்திற்கான அனைத்து நடைமுறைகளையும் நமது நாட்டிற்குள்ளேயே நடைபெறுமாறு திட்டமிடல் வேண்டும்; செயல் முறைகளில் அதிக வேறுபாடுகள் இல்லாமல் பார்த்துக்கொள்ள வேண்டும். இதற்கு நாம் கச்சாப்பொருள் ஏற்றுமதிக்கு அதிக வரிகளை வசூலித்து, நுகர்பொருள் ஏற்றுமதிக்கே ஊக்கமளிக்க வேண்டும். இவ்வாறு செய்வதால் நம் மக்களுக்கு வேலை வாய்ப்பு உறுதிப்படுவதோடு, கச்சாப்பொருட்கள் சொந்தமாக இருப்பதால் இயற்கை வளங்கள் அவர்களுக்கே உரிமையாக இருக்கும். ஆனால், இன்று நடப்பவை எல்லாமே இதற்கு நேர்மாறானவை.

இயற்கை வளங்களைப் பயன்படுத்தும் உரிமை நம்மிடமே இருக்கும்போது அவற்றை நுகர்பொருட்களாக மாற்றும் செயல்முறையை எவ்வாறு முடிவு செய்வது? நமக்கு இரண்டு வழிகள் இருக்கின்றன: ஒன்று மய்யப்படுத்தப்பட்ட உற்பத்திமுறை; மற்றது பரவலாக்கப்பட்ட உற்பத்தி நிலையங்கள். மய்யப்படுத்தப்பட்ட உற்பத்தி முறையால் செல்வம் தனியார் வசம் குவியும்; அல்லது அதிகாரம் அரசின் கையில் குவியும். எனவே உற்பத்திச் செயல்முறையைச் செல்வத்தைப் பகிர்ந்தளிக்கும் வழிமுறையாக ஆக்க வேண்டுமென்றால் மேற்சொன்ன செயல்முறையைக் கட்டாயம் தவிர்க்க வேண்டும். மேலும் மய்யப்படுத்தப்பட்ட உற்பத்தி முறையைப் பின்வரும் தொழில்களுக்கு மட்டுமே உரியது என வரையறை செய்யலாம்: – 1) நீண்டகாலத் திட்டமிடல் அவசியமான தொழில்கள் 2) பெரும் முதலீடு தேவைப்படும் தொழில்கள் 3) பொது சேவைகள் யாவும் லாப நோக்கமின்றி சேவை அடிப்படையிலேயே பயன்படவேண்டிய தொழில்கள் 4) இயற்கை வளங்களை அனைத்து மக்களுக்கும் சமமாகப் பகிர்ந்தளிக்க வேண்டிய பொறுப்புள்ள தொழில்கள்.

மற்ற எல்லாத் தொழில்களும் கிராம அல்லது குடிசைத் தொழில் நிறுவனங்களாகத் தத்தமது உற்பத்தித் திறனுக்கேற்ற லாப நோக்கோடு இயங்க வேண்டும். இது போன்ற சிறுதொழில் நிறுவனங்களில் உற்பத்திப் பொருட்களின் விலையில் மக்களின் உழைப்பே பெரும்பகுதியாக இருக்குமென்பதால் அந்த உற்பத்தி முறையிலேயே செல்வப் பகிர்வும் இயல்பாக நடந்துவிடும். இத்தகைய தொழில்களில் ஈடுபடும் கைவினைஞர்களின் மூலதனம் மிகக் குறைவாகவே இருக்குமென்பதால் அதிக முதலீடு தேவைப்படும் தொழில்கள் தாமாகவே இல்லாது போய்விடும்.

மேற்சொன்ன அடிப்படை வேலைகளைச் செய்துவிட்டால் மீதமுள்ளது ஒன்றும் கடினமானதல்ல. அனைத்துப் பெரிய தொழிற்சாலைகளும் லாப நோக்கமின்றி அரசின் கட்டுப்பாட்டின் கீழ் இயங்கினால், அவை நுகர்பொருட்களைத் தயாரிக்கும் கிராமத் தொழிற்சாலைகளின் லாபத்தை அபகரிக்காது. இத்தகைய முறையில் நாம் செயல் படுவோமானால் இப்போதைக்குப் பொருட்களின் விலை அதிகமாக இருக்கும் என்பதில் சந்தேகமில்லை. காரணம் பொருட்களின் விலை உற்பத்தி செய்வோரின் தேவையை அடிப்படையாகக்கொண்டு நிர்ணயிக்கப்படுகின்றது. ஆனால் பெரும்பான்மை மக்களின் நலன்களைக் கருத்தில் கொண்டே நாம் செயல்படுவதால் இதனைத் தவிர்க்க முடியாது. வாங்கும் திறனைச் சிறந்த முறையில் பகிர்ந்தளிப்பதன் அடையாளமே இந்தக் கூடுதல் விலை. உழைப்பிற்கான கூலியைக் குறைத்துப் பொருட்களின் விலையைக் குறைப்பது என்பது பெரும்பான்மையினரின் வாங்கும் திறனைக் குறைப்பது என்றே பொருள்படும். இந்த வகையில் தேவைக்கு அதிகமான பொருட்கள் மிகுந்திருக்கும் நிலையே உருவாகும். இதுதான் மிகை உற்பத்தி என்ற நிலைக்கு இட்டுச் செல்லும். இந்த நிலைமையைத் தவிர்க்க வேண்டுமானால் மனித உழைப்பைக் குறைக்கும் இயந்திரப் பயன்பாட்டைக் கைவிட வேண்டும்.

மனித உழைப்பைக் குறைக்கும் இயந்திரங்களையும் உற்பத்தியாளர்களின் செயல்திறனை அதிகரிக்க உதவும் கண்டுபிடிப்புகளையும் நாம் வேறுபடுத்திப் பார்க்க வேண்டும். முதலாவது பெரும்பான்மை மக்களைச் சுரண்ட உதவுகிறது. இரண்டாவது மக்களின் வாங்கும் திறனை அதிகரிக்கிறது. இங்கு உற்பத்தி எந்த அளவிற்கு அதிகரித்துள்ளது என்பதல்ல கேள்வி; இயந்திரங்களின் பயன்பாட்டால் உருவான கூடுதல் செல்வம் யாரைச் சென்றடைகிறது என்பதே கேள்வி. கூடுதல் செல்வம் உழைப்பாளிக்கே சேருமானால் அதனை வரவேற்கலாம். ஒரு தையல் கலைஞர் கையால் தைத்தால் ஒரு நாளில் ஒரு சட்டைதான் தைக்க முடியும். ஆனால் தையல் பொறியின் உதவியுடன் ஒரு நாளில் பத்து சட்டைகள் தைக்க முடியும். தையல் பொறி அவரது செயல் திறனை அதிகரிப்பதோடு, அவரது வாங்கும் திறனையும் அதிகரிக்கிறது. இதற்கு நேர்மாறாக ஓர் ஆலை முதலாளி பத்து ஆட்கள் செய்ய வேண்டிய வேலையை ஓர் இயந்திரத்தையும் 5 ஆட்களையும் கொண்டு செய்வாரானால், ஆட்களின் சம்பளத்தை 50 சதவிகிதம் உயர்த்தினால் கூட ஏழரை ஆட்களுக்கு மட்டுமே வேலை கொடுப்பதாகப் பொருள். இதனால் இரண்டு தீமைகள் விளைகின்றன: 1) முதலாளியின் கையில் செல்வம் குவிகிறது 2) ஒரு சில தொழிலாளர்களிடம் பணப் புழக்கம் அதிகரிக்கின்றது. இவ்விரு நிகழ்வுகளும் நாட்டிலுள்ள வாங்கும் திறனின் பயன்பாட்டை மிக மோசமாகப் பாதிக்கும். இதன் விளைவாக இறுதியில் மிகை உற்பத்தி என்ற பிரச்னை உருவாகும்.

எனவேதான் உருப்படியான திட்டங்கள் என்றால் மூன்று அடிப்படைகளைக் கவனத்தில் கொள்ளவேண்டும்:

1. இருப்பிலுள்ள கச்சாப் பொருட்களை அரசு உள்நாட்டு உற்பத்தியாளர்களுக்குப் பகிர்ந்தளிக்க வேண்டும்.

2. இயற்கை வளங்களையும் முக்கியமான தொழிற்சாலைகளையும் பொதுச் சேவைகளையும் தேவையின் அடிப்படையில் பயன்படுத்தும் வகையில் அரசு தனது கட்டுபாட்டில் வைத்துக்கொள்ள வேண்டும்.

3. தேவையான ஆய்வுகளைச் செய்து கிராம மற்றும் குடிசைத் தொழில்களின் உற்பத்தியை அதிகரிக்க வேண்டும். அப்போதுதான் நாட்டு மக்கள் வளம் பெற முடியும்.

தேசிய அளவில் பெரும் தொழிற்சாலைகளை ஊக்குவிக்கும் மற்றெல்லா திட்டங்களும் தற்போதுள்ள தீமைகளை மேலும் அதிகரித்துப் பெருந்துயரங்களை ஏற்படுத்திவிடும். இத்தகைய பெரும் தொழிற்சாலைகள், ஒரு சில கோடீஸ்வரர்களை வேண்டுமானால் உருவாக்கலாம்!

('தேசத்திற்கான திட்டமிடல்' கட்டுரையிலிருந்து)

உரமும் உணவும்

தாவரங்கள், கால்நடைகள், மனிதர்கள் என அனைத்தின் ஆரோக்கியம், உயிர்களின் வளர்ச்சி, மறு உற்பத்தி ஆகியவற்றின் தரத்தை நிர்ணயிப்பது விளைநிலங்களில் இடப்படும் உரங்களே என்பது பலருக்கும் தெரிவதில்லை. உரமிடுவதென்றால் மண்ணுக்கு நாம் உணவளிக்கிறோம் என்று பொருள். மண்ணுக்கு அளிக்கப்படும் உணவுக்கேற்ப அந்த மண்ணில் விளைபவை சத்துள்ளவையாக இருக்கும். மண்ணில் விளைபவையே விலங்குகளுக்கும் மனிதனுக்கும் உணவாகின்றன. இந்தச் சுழற்சிமுறை அத்தோடு நின்று விடுவதில்லை. விலங்குகளுக்கும் மனிதர்களுக்கும் உணவு மண்ணில் விளைகின்றதென்றால், அதனை உண்டு செரித்தபின் வெளியேறும் கழிவுதான் மண்ணுக்கேற்ற சிறந்த உணவு. எனவே நன்மை என்பது சுழற்சிமுறையில் தாவரங்களுக்கும் மிருகங்களுக்கும் மனிதர்களுக்கும்

பயன்தருவதாக இயற்கையாகவே அமைந்துள்ளது. "நன்றாக உண்பவன் நன்றாக உரமிடுவான் என்று ஒரு பழமொழியே உண்டு. நன்றாக உரமிடுபவன் நன்றாக உண்ணலாம் என்று கூறி நாம் இதனை முழுமையாக்கலாம்.

மண்ணை வகைப்படுத்தும் உத்திகள் நலிவடைந்து வரவர உழவர்களின் உடல் வலுவும் நலிவடைகிறது. அவர்கள் உடல்நலிவடைவதால் முறையாக விவசாயம் செய்யும் வலிமையை அவர்கள் இழந்துவிடுகிறார்கள். உரங்களையும் நேர்த்தியாக விதைகளையும் தெரிவு செய்வதில் கவனமின்றி பல பத்தாண்டுகள் ஆகியதன் விளைவாக நமது விவசாயத்தின் தரம் குறைந்ததோடு, விளைச்சலின் அளவும் குறைந்து போய் விட்டது. நமது விவசாயத்தை நாம் மறுபடி உயிரோட்டமுள்ளதாக மாற்றவேண்டும். கனிமங்களையும் ரசாயன உரங்களையும் பயன்படுத்தி இந்தப் பிரச்னையைத் தீர்த்துவிடுவது சுலபம் என்று பலர் நினைக்கின்றனர்.

கனிம உரங்கள் விளைநிலங்களுக்கு உணவாவதில்லை. அவை வளர்ச்சி ஊக்கிபோல மண்ணைச் சற்றே தூண்டுவதால் விளைச்சல் அதிகரிப்பதாக நம்பப்படுகிறது. ஆனால், விளைச்சலின் சத்து மதிப்பு விகிதம் அதற்கு இணையாக அதிகரிப்பதில்லை. இதனால் கனிம உரங்கள் நாளடைவில் கால்நடைகளின், மனிதர்களின் உடல்நலனைப் பாதிக்கின்றன. எனவே கனிம உரமிட்டு விளைவிக்கப்படுபவை, மண்ணுக்கு உணவிடாமல் வெறுமே அதனை – ஊக்குவித்து விளைவிக்கப்படுவதாகத்தான் கொள்ளவேண்டும். பல சோதனைகள் மூலம் நிரூபிக்கப்பட்ட இந்த விளைவு குறித்த முடிவுகள் கீழே தரப்பட்டுள்ளன:

1. தொழு உரமிட்ட வளமான மண்ணில் விளைந்த கோதுமையை உண்ணும் மாடுகளின் எடை குறைவாக இருந்தாலும்கூட, ரசாயன உரமிட்ட மண்ணில் விளையும் தீவனங்களை உண்ணும் மாடுகளைவிட அவை அதிக வலிமையானவை.

2. தொழு உரமிட்ட மண்ணில் விளையும் தீனியை உண்ணும் கோழிகள் எடை குறைவாக இருந்தாலும், ரசாயன உரமிட்ட மண்ணில் விளையும் தீனியை உண்ணும் கோழிகளைவிட அதிக எண்ணிக்கையில் முட்டையிடுகின்றன.

இயற்கையான உணவை உண்ணும் கோழிகள் மண்ணில் அதிக நேரம் மேய்வதால் கூண்டில் அடைத்து வைக்கப்பட்டு ரசயான உரமிட்ட உணவை உண்ணும் கோழிகளைவிட அதிகப் பலமானவையாக இருந்தன. மேலும் இந்தக் கோழிகளின் முட்டைகள் பலவும் பொறித்தன. மிகச்சில முட்டைகளே வீணாகிப்போயின என்பதும் தொழுவுரத்தின் சிறப்பையே எடுத்துக்காட்டுகின்றன.

3. தொழுவுரம் பயன்படுத்திய மண்ணில் விளையும் தானியங்களை உண்ணும் கோழிகளின் கழிவிலிருந்து தயாரிக்கப்படும் உரமும் அதிகப் பயனுள்ளதாக இருக்கின்றது என்பதும் நிரூபிக்கப்பட்டுள்ளது. ரசயான உரமிட்ட மண்ணில் விளையும் தானியங்களை உண்டு வளரும் பறவைகளின் எச்சத்தைவிட, இயற்கை உரமிட்ட மண்ணின் விளைச்சலை உண்டு வளரும் பறவைகளின் எச்சம் வளர்ச்சியை ஊக்குவித்து தரமான விளைச்சலையும் தரமான விதைகளையும் தருகின்றது. இவ்வாறாகத் தொழுவுரம் அடுத்தடுத்த தலைமுறையின் மேம்பட்ட வளர்ச்சிக்கான சுழற்சி முறையை ஏற்படுத்துகிறது.

இந்தச் சோதனைகள் ஒருபுறமிருக்க, கால்நடைகள் ரசாயன உரமிட்ட மண்ணில் விளைந்த தீவனத்தைவிட, தொழுவுரமிட்ட மண்ணில் விளைந்தவற்றையே விரும்பி உண்கின்றன என்பது கவனிக்கத்தக்கது.

ஓர் அபாயம்

நம் நாட்டைப் பொறுத்தவரை விளைநிலத்திற்குச் செயற்கை உரமிடும் நிலை வந்தால், விஞ்ஞான முறையில் தயாரிக்கப்பட்ட ரசயான உரமிடுவதென்பது இயலாத காரியமாகவே இருக்கும். காரணம் அளிக்கக்கூடியவாறு

மண் மாதிரிகளைத் தக்க முறையில் மண்ணுக்கு ஏற்ற உணவைப் போதிய அளவு சோதித்து அறியும் வேதியல் ஆய்வாளர்கள் இங்கே இல்லை. செயற்கை உரங்கள் அளவுக்கு அதிகமாகும்போது அவற்றால் அனைத்துவித நோய்களும் உருவாகின்றன. அதிகமான கனிம உரங்களின் பாதகமான விளைவுகளைப் பல ஆய்வுகள் நிரூபித்துள்ளன. மண்ணில் அதிகமான பொட்டாஷியம் இருந்தால், த்ராம்பாஸிஸ் (ரத்தம் உறைதல், கட்டிதட்டிப்போதல்), கேங்கரீன்ஸ் (கட்டி உருவாகுதல்) போன்ற நோய்கள் ஏற்படுவதாக மான்ஹீமைச் சேர்ந்த பேராசிரியர் ராஸ்ட்டின் ஆராய்ச்சி முடிவுகள் தெரிவிக்கின்றன. “பொட்டாசியம் ஹைட்ரேட் அதிகமுள்ள தீவனங்களை உண்ட கால்நடைகள் அடுத்த தலைமுறையில் த்ராம்பாஸிஸ் நோய்க்கு இரையாகும் நிலைமை தென்படுகிறது” என்கிறார் ராஸ்ட். த்ராம்பாஸிஸ் நோய் பாதித்த மனிதர்களின் எண்ணிக்கை சமீபகாலத்தில் நான்கு மடங்கு அதிகரித்துள்ளதென்றும் அவர் கூறுகிறார்.

நோய் எதிர்ப்புச் சக்தி

தொழுவுரமிட்ட மண்ணில் விளையும் இலை தழைகளும் விதைகளும் கால்நடைகளின் நோய் எதிர்ப்புச் சக்தியை அதிகரிக்குமென்பதைப் பல சோதனைகள் நிரூபித்துள்னள. எனவே செயற்கை உரத்தினால் விளையும் பயிர்களின் தீய விளைவுகள் மண்ணின் தன்மையையும் கால்நடைகளையும், இறுதியாக மனிதனையும் பாதிப்புக்கு ஆளாக்குகின்றன என்பது தெளிவாக நிரூபிக்கப்பட்டுள்ளது. எனவே மண்ணைப் பரிசோதிக்கும் வேதியல் ஆய்வாளர்கள் நம்நாட்டில் இல்லை என்ற நிலையின் அபாயத்தை உணர்ந்து, ரசாயன உரமிட்ட மண்ணின் விளைபொருட்களைத் தவிர்த்துவிட வேண்டும். தொழுவுரமிட்ட மண்ணின் விளைச்சலை மட்டுமே உண்பதில் நாம் அனைவரும் கவனமாக இருத்தல் வேண்டும். விவசாயி மட்டுமின்றி, உணவை உண்ணப்போகும் நுகர்வோரின் உடல்நலமும் பாதிக்கப்படும் என்பதால் அனைவருக்கும் உரங்களின் தன்மையைப் பற்றித் தெரிந்திருக்க வேண்டியது அவசியம்.

மருத்துவப் பயன்

இயற்கை உரங்களின் பயன்களை அறிந்திருக்கும் உணவு ஆலோசகர்கள் தற்போது தம்மிடம் வரும் நோயாளிகளுக்கு உயிர்ம இயக்க உற்பத்திப் பொருட்கள் எனப்படும் பயோடைனமிக் ப்ராடக்ஸ், தொழுவுரமிட்ட மண்ணின் விளைபொருட்களையே உணவாகக் கொடுத்து குணப்படுத்துகின்றனர். இத்தகைய உணவுகள் வயிற்றையும் குடலையும் தேவையானபடி சரிவரச் செயல்படச் செய்கிறது. "வயிற்றுக் கோளாறும் போதியளவு இயங்காத மந்தமான குடலும் உள்ள நோயாளிகளுக்கு இவ்வகை உணவுகளைச் சிபாரிசு செய்தேன். அதனால் அவர்கள் மருந்தே இன்றி குணமடைந்தார்கள். உணவு ஆலோசகராக எனது பரந்த அனுபவத்தில் பல நோயாளிகளுக்கு உயிர்ம இயக்க உற்பத்திப் பொருட்களை – குறிப்பாகச் சமைக்காத உணவுகளைப் பரிந்துரை செய்து குணப்படுத்தியதால், ரசாயன உரமிட்டு விளைவித்த பொருட்களைவிட அதுவே சிறந்தது என்று நான் திடமாக நம்புகிறேன்" என்கிறார் ஜெர்மானிய உணவு ஆலோசகர் ஒருவர்.

கெம்ராட் ஆப்தர் ஹால்டன் என்ற புகழ்பெற்ற மருத்துவர் பின்வருமாறு கூறுகிறார்:

"மனிதருக்கும் கால்நடைகளுக்கும் ஏற்படும் பற்பல நோய்களை ஆராயும்போது அவை உணவுப் பயிர்களுக்கு இடப்படும் உரங்களால் ஏற்படுகின்றனவா என்பதை ஆராய்வது நல்லது. திட்டவட்டமாகச் சொல்ல முடியாவிட்டாலும், இவ்விஷயத்தில் மண்ணிலுள்ள நுண்ணுயிர்களுக்கு நமது உடல் நலத்தில் பெரும்பங்கு உண்டு என்பது தெளிவு. எனவே சுண்ணாம்பும் பாஸ்போரிக் அமிலமும் உரமாக இட்டு மண்ணின் உயிர்மங்களைத் தொந்தரவு செய்து மண்ணிலுள்ள நுண்ணுயிர்களின் செயல்பாட்டைத் தடுப்பது அவசியந்தானா என்று சிந்தித்துப் பார்க்க வேண்டும்."

பிஹாரிலுள்ள உரத் தொழிற்சாலையில் 20 கோடி ரூபாய்க்கு மேல் செலவிடும் இந்திய அரசு, தற்போது திருவாங்கூரில் மற்றொரு பெரிய உரத்தொழிற்சாலையைக் கட்டியுள்ளது. உணவுத்துறை நுகர்வோர் நலனைக் கருத்தில்கொள்ள வேண்டிய தருணம் வந்துவிட்டது. ஏற்கெனவே சத்தின்மையால் நம் மக்கள் தேய்ந்து போயுள்ளனர். ரசாயன உரங்களை இட்டு நம் மக்கள் உடல்நலனை மேலும் மோசமாக்குவது அவசியந்தானா? நமக்குப் பெரிய பொறுப்பு இருக்கிறது. மருத்துவத் துறையும் உணவுத்துறையும் இணைந்து விவசாயத் துறையின் தவறுகளைச் சரி செய்யுமென்று எதிர்பார்க்கிறோம்.

மார்ச் 1949

கிராம உத்யோக் பத்திரிகா

வழிகாட்டுகிறார்களா இல்லை வால் பிடிக்கிறார்களா?

மேற்குலகில் மணப்பெண் அணியும் உடையில் தரையைப் பெருக்கும் வகையில் பின்புறத்தில் துணி நீண்டு தொங்கும். தேவையே இல்லாத இந்த வீணான ஆடைப் பின்தொங்கல் துணியைச் சிறுவர்கள் – அதாவது பணிப் பையன்கள் தூக்கிப் பிடித்து வருவார்கள். நம் நாடு இப்போது அதி விரைவாக மேற்கத்திய நாடுகளில் புறக்கணிக்கப்பட்ட செயல்முறைகளைத் தூக்கிப் பிடித்து வருகிறது.

இந்திய அரசு தொடர்ந்து பல செயற்கை உரத்தொழிற்சாலைகளை நிறுவி அத்தொழிலின் ரகசியங்களைக் கற்றறிய இளைஞர்களை வெளியே அனுப்பி வருகிறது. ரசாயன உரங்கள் மண்ணைச் சற்றே தூண்டிக்

கொடுப்பதால் நல்ல விளைச்சல் கிடைப்பதுபோலத் தோன்றினாலும், விளைபொருட்களில் கனிமச் சத்தும் வைட்டமின் சத்தும் குறைவாக இருப்பதால், பயிர்கள் பூச்சிகளுக்கும் ஒட்டுண்ணிகளுக்கும் தாக்குப்பிடிக்கும் வலிமையற்றுப் போய்விடுவதை உலகின் மிகப்பெரும் விவசாய நாடுகளான ஆஸ்திரேலியாவும் வட அமெரிக்காவும் அனுபவத்தில் கண்டறிந்துள்ளன. ரசயான உரங்கள் ஏற்கெனவே மண்ணிலுள்ள உயிர்மச்சத்தை வேகமாகப் பயன்படுத்தத் தூண்டுகின்றனவேயன்றி அடுத்த விதைப்புக்குத் தேவைப்படும் உயிர்மச்சத்தை மண்ணில் உருவாக்க உதவுவதில்லை என்பதால், வெகுவிரைவில் மண் தன் வளத்தை இழந்துவிடுகிறது. இதனை அனுபவித்த அவர்கள் தற்போது மண்ணுக்கு வளமூட்டுவதற்காக உயிர்ம வேளாண்மைத் தொழில்நுட்பங்களைப் பின்பற்றத் தொடங்கிவிட்டனர்.

அந்த நாடுகளின் விஞ்ஞானிகள் வெறுமே மண்ணை ஊக்குவிப்பதோடு நில்லாமல் அதனை வளப்படுத்தும் வழிகளைக் கண்டறிய கடுமையாக உழைத்து வருகிறார்கள். ஜே. டபுள்யூ ஃப்ரேசர், எரிக் ஏவ்சன் ஆகியோர் நகரக் கழிவுகளை மட்கு உரமாக்கும் வழியைக் கண்டு பிடித்துள்ளதாகக் கூறப்படுகிறது. பென்சில்வேனியாவிலிருக்கும் அவர்களது தொழிற்சாலையில் தொழிற்சாலைக் கழிவும் மனிதக் கழிவும் பயன்படுத்தப்படுகின்றன. ரசாயன உரத்தால் வளமிழந்த மண்ணை மீண்டும் வளமூட்ட மட்கு உரத்தை இரண்டு ஆண்டுகள் பயன்படுத்தினால் போதும் என்றும் அவர்கள் திட்டவட்டமாகக் கூறுகிறார்கள்.

புறக்கணிக்கப்பட்ட ரசாயன உரங்களின் பின்னால் ஓடுவதை விட்டுவிட்டு வேளாண் ஆய்வுத் துறையானது புதிய பயனுள்ள முறைகளைப் பின்பற்றிப் பயன்பெற இதுவல்லவோ தருணம்?

மே, 1949

'புழு' மனப்பான்மை

செயற்கை உரத் தொழிற்சாலைகளை நிறுவுவதற்காக இந்திய நாடு கோடிக்கணக்கான ரூபாயை வீணடிக்கிறது. மண் ஆய்வாளர் படை இல்லாத நிலையில் இந்த முயற்சியானது ஆண்டுதோறும் பருவமழை தவறும் அபாயமுள்ள நமது நாட்டிற்கு முற்றிலும் பாதகமான மாற்றத்தை ஏற்படுத்திவிடக்கூடும். வேடிக்கை என்னவென்றால் விஞ்ஞானம் என்ற பெயரில் இவையெல்லாம் நடக்கின்றன.

பிறநாடுகளின் முற்போக்கான உழுவர்கள் இயற்கையின் உதவியை நாடிச் செல்கிறார்கள். மனிதன் புழுக்களைப் பெருமளவு சார்ந்துள்ளதைக் கண்டுபிடித்ததால் இன்று ஆஸ்திரேலியாவில் புழு வளர்ப்பும் தேனீ வளர்ப்பைப்போல ஒரு தொழிலாக மாறி வருகிறது.

மண்ணிலுள்ள உயிர்மச் சத்தில் உயிர்வாழும் மண்புழுக்கள் அதனைப் பயிர்கள் பயன்படுத்தும் உரமாக மாற்றுகின்றன. மண்ணைத் துளைத்து உதிரியாக்கிக்

காற்றோட்டமாக மாற்றும் மண்புழு பயணிக்கும் பாதை, நீர் இறங்கவும் பயன்படுகிறது. புழுக்கள் ரசாயனத்தில் உயிர் வாழ முடியாது. அவற்றுக்குத் தேவை தொழுவுரம் அல்லது மட்கும் உரம். மனிதனின் நண்பரான புழுக்களை செயற்கை உரங்கள் கொன்றுவிடுகின்றன.

சிட்னியின் ராண்ட்விக்கிலுள்ள ஹெரால்டு கார்ப் என்பவர் "மண்புழு தொழிலகம்" என்ற பெயரில் 5 லட்சம் மண்புழுக்களைக் கொண்ட தொழுவம் ஒன்றை உருவாக்கியுள்ளார். வீட்டுத் தோட்டங்களில் மண் புழுக்களை அதிகமாகப் பயன்படுத்தினால் அதிக பூக்களும் காய்கனிகளும் வளர்க்க முடியும் என்கிறார் அவர். 250 புழுக்கள் அடங்கிய பெட்டி ஒன்றுடன் எங்கு வேண்டுமானாலும் தோட்டம் அமைத்து அதிக மகசூல் பெறலாம் என்று கூறி ஹெரால்ட் ஒரு பெட்டியை ஒரு பவுண்ட் விலைக்கு விற்கப் போகிறாராம்.

ஜூலை 1949

டிராக்டர் சாகுபடி

ஒரு வார காலமாகப் பண்ணை ஆசிரமத்தில்* இருக்கிறேன். வந்தது முதல் டிராக்டரின் நாராசத்தைக் கேட்டுக் கேட்டு வேதனையில் இருக்கிறேன். சிந்தியிலுள்ள நில உரிமையாளர்கள் செல்தோ கிராமத்திலிருக்கும் தங்கள் நிலங்களை உழுவதற்கு அரசாங்க டிராக்டர்களை வாடகைக்கு எடுத்துள்ளார்கள் என்று கேள்விப்பட்டேன். தங்கள் செயலின் விளைவைப் பற்றி இவர்கள் நினைத்துப் பார்க்கவில்லை என்று ஐயப்படுகிறேன். பெரிய தொழிற்சாலைகளும் மையப்படுத்தலும் உண்டாக்கும் மோசமான விளைவுகளைப் பற்றி ஏற்கெனவே சுட்டிக்காட்டி இருக்கிறேன். இப்போது டிராக்டரைப் பற்றி மட்டுமே கூறப்போகிறேன்.

---

*ஜே.சி. குமரப்பா தொடங்கிய 'பண்ணை ஆசிரமம்' என்ற விவசாய ஆராய்ச்சி மையம் வார்தாவிலிருந்து 18 கி.மீ. தொலைவில் உள்ள சல்தோ கிராமத்தில் இருக்கிறது.

டிராக்டரின் சக்தி 50 குதிரைச் சக்தி - அதாவது 50 ஜோடி காளை மாடுகளின் சக்திக்கு நிகரானது என்று கேள்விப்படுகிறேன். அதற்கான தினசரி வாடகை ரூ. 60/-. அப்படியானால் தினசரி அது சுமார் ஒரு 500 பவுண்டு சோளத்தை அழித்து விட்டுப் புகையையும் கக்கிவிட்டுச் சென்றுவிடுகிறது. ஏற்கெனவே ஏழைகளான நாம் எப்படி இவ்வளவு உயர்ந்த விலை கொடுக்க முடியும்? ஆனால் காளை மாடுகளை உபயோகித்தாலோ அவற்றின் சாணமும் சிறுநீருமாகச் சத்தான உரமும் நமக்குக் கிடைக்கும். காளைகளின் இனவிருத்திக்குப் பசுக்களை வளர்ப்பதும் இதில் அடங்கும். பசும்பால் முழுமையான சத்துள்ள உணவாகும். இதுதான் நமது பொருளாதாரம். அதனைக் கைவிடுவதால் நாமே நம்மைப் பஞ்சத்தில் தள்ளிவிடுகிறோம்.

காளை மாடுகளைவிட டிராக்டர்கள் அதிக ஆழம்வரை உழுவதற்குத் தேவைப்படும் அதிக உரமும் அதிக நீரும் இல்லாமையால் நமக்கு அதனால் பயன் வரப்போவதில்லை.

ரூ. 20,000 முதல் ரூ. 30,000 வரை விலையுள்ள இந்த இயந்திரங்களுக்கு மேற்கொண்டு ஏர், களைக்கொட்டு, அறுவடை இயந்திரம் என அதிகமாகச் செலவு செய்ய வேண்டும். வட அமெரிக்காவிலிருந்து இவற்றையெல்லாம் வாங்கி அதற்கு ஈடாக நமது விளைபொருட்களை ஏற்றுமதி செய்ய வேண்டும். கச்சாப் பொருட்களை ஏற்றுமதி செய்வதால் நம் நாட்டில் வேலையிழப்பு ஏற்படும். வேர்க்கடலையை வெளியே அனுப்பிவிட்டால் செக்கு வைத்திருப்பவருக்குத் தொழில் போகிறது, செக்குத் தொழிலும் அழிந்து விடுகிறது. ஆக டிராக்டர் பயன்படுத்துவதால் காளை மாடுகள் மட்டுமல்ல - நமது சகோதரர்களும் வேலையிழப்பார்கள். பயனற்றவர்கள் என்று இந்த மனிதர்களையும் மிருகங்களையும் கொன்று போட்டுவிட முடியாது - இப்படித்தான் அவர்கள் நாட்டிற்குச் சுமையாக மாறிப் போவார்கள்.

டிராக்டரில் முதலீடு செய்யப்பட்ட தொகை ஆண்டு முழுவதற்கும் பயன்படாது. உழுவதற்கும் அறுவடைக்கும் மட்டுமே டிராக்டரைப் பயன்படுத்தலாம். ஆனால் காளை மாடுகள் நீர் இறைக்கவும் சரக்குகளையும் மனிதர்களயும் ஏற்றிச் செல்லவும் எப்போதும் பயன்படும். டிராக்டரால் பெருமளவு முதலீடு முடங்கிப்போகிறது.

போர்க் காலங்களில் போரில் பயன்படுத்தப்படும் இயந்திரங்களுக்கே முன்னுரிமை அளிக்கப்படும் என்பதால் டீசல் எண்ணைத் தட்டுப்பாடு ஏற்படக்கூடும். டீசல் வெளிநாடுகளில் இருந்து இறக்குமதி செய்யப்படுகிறது. அந்நேரங்களில் நாம் காளைமாடுகளை உழவுக்குப் பயன்படுத்த இயலாது; காரணம் பயனற்றுப் போனதுமே இந்த இனம் அழிந்து போய்விடும்.

டிராக்டருக்கான பணத்தில் ஒரு பகுதியை அரசுதானே அளிக்கிறது என்று மகிழ்ந்து போய்விடக்கூடாது. அரசிடம் எந்தப் பணமுமில்லை; அதுவும் மக்களிடமிருந்து கிடைக்கும் வரிப்பணம்தான். அதில் ஒரு பகுதியை அரசு அளிக்கிறது என்றால் மொத்தமாக டிராக்டர் நாட்டிற்கு ஒரு சுமை என்று பொருள். எனவே விலைமலிவாக எதுவும் கிடைக்கவில்லை என்பதோடு, டிராக்டரை உபயோகிக்காத நாமும் சேர்ந்து அதனை உபயோகிக்கும் பணக்காரப் பண்ணையார்களுக்குச் சேவை செய்யப் பணம் தருவதாக ஆகிவிடும். இப்படியாக சுமை ஏழை மக்கள் மீதும் விழுந்துவிடுகிறது. பணக்காரர்களுக்குப் பணம் தருவதை ஒப்புக்கொள்ளவில்லை என்றால் அரசாங்கம் பொதுப் பணத்தைப் பயன்படுத்தி டிராக்டர் விவசாயம் செய்வதை வன்மையாக எதிர்க்க வேண்டும்.

நேரமின்மையால் டிராக்டரால் ஏற்படும் பலதீமைகளைப் பற்றி இங்கு நான் விவரிக்கவில்லை. ஏதுமறியாததுபோல் டிராக்டர் விவசாயத்தால் ‘உதவி’ கிடைப்பதாகக்

கூறப்படுவதன் பின்னே மறைந்துள்ள அபாயத்தைப் பற்றிப் போதிய அளவு விவரித்துள்ளேன் என்று கருதுகிறேன். எனவே கிராம மக்களுக்குத் தெரியாமலே அவர்கள் மீது திணிக்கப்படும் இத்தகைய அபாயங்களைப் பற்றி எச்சரித்து அவர்கள் சுய சார்புள்ளவர்களாக உருவாக உதவ வேண்டும்.

மே 1954

காளை மாட்டு உழவுக்கு ஆதரவாக

திட்டமிடுதலின் ஒரு பகுதி என்ற பெயரில் நமது விவசாயத்தையும் போக்குவரத்தையும் அழிக்க இயந்திரங்கள் வந்துவிட்டன. இந்த அச்சுறுத்தல் நீடிக்குமானால் அதனால் நிர்மூலமாகப் போகிற காளை மாட்டுக்கு ஆதரவான செய்திகளை இங்கே தொகுத்து அளிக்கிறேன்.

பேருந்து நமக்குத் தேவை, மிக அதிகமாக, மேலும் அதிகமாகத் தேவை. எனவே பசுக்கள் தேவை. பசுக்கள் இருந்தால் கண்டிப்பாகக் காளைகளும் இருக்கும் என்பதால் அவற்றையும் நாம் வளர்க்க வேண்டும். காளைகளை முழுமையாக வேலை வாங்க வேண்டுமானால் ஏரிலும், வண்டியிலும், செக்கிலும் பூட்ட வேண்டும். அப்படிச் செய்யவில்லையானால் இன விருத்திக்கென ஒருசில காளைகளை மட்டும் ஊட்டி வளர்த்து மீதிக் காளைகளைக்

கொல்லும் மேற்கு நாடுகளின் பரிதாப நிலைமை நமக்கும் ஏற்பட்டுவிடும்.

டிராக்டர் ஓர் இயந்திரம். டிராக்டர் அளவுக்குப் பலமில்லாவிட்டாலும், காளையும் ஓர் இயந்திரம்தான். ஆனால் ஆபத்தில்லாத வாழும் இயந்திரமான காளையுடன் நாம் ஏற்படுத்திக் கொண்டிருக்கும் உறவு மனித நாகரீகத்தின் முன்னோக்கிய பயணத்தில் முக்கிய பங்காற்றியுள்ளது. மனித இயல்பு காட்டுமிராண்டித்தனமாக மாறியதற்கும் அடிக்கடி பயங்கரமான போர்கள் நடப்பதற்கும் மேற்குலகிற்கே உரித்தான பிற தீமைகள் மலிந்திருப்பதற்கும் காரணமென்ன? கால்நடைகளை விலக்கி இயந்திரங்களைப் பயன்படுத்துவதற்கும் இதற்கும் தொடர்பிருப்பதாகவே நம்புகிறேன்.

மனிதாபிமான அடிப்படையில் எழும் இந்த விவாதத்தைப் பொருளாதாரக் காரணங்களைக் கூறி வலுப்படுத்தவேண்டும். இதைப் பற்றிப் பிறகு பேசுவோம்; கூடவே திரு.என்.ஜி. ஆப்தேவின் கிராமங்களைப் பற்றிய சிந்தனைகளும் பணியும் அடங்கிய "காளைகளின் பொருளாதாரம்" என்ற நூலிலிருந்து ஒரு பகுதியைப் பயன்படுத்துவோம். (பதிப்பாளர்: திரு. சர்தேசாய், சமர்த் பரத் பிரஸ், பூனா –2)

காளைமாடு வெறும் உயிருள்ள டிராக்டர் மட்டுமல்ல; நைட்ரஜன் வாயுவைத் தந்து மண்ணை பொலபொலப்பாக்கி மண்ணின் ஈரப்பதத்தை அதிகரித்து காற்றோட்டமாக மாற்றும் தொழு உரத்தை அளிக்கும் உரத்தொழிற்சாலை அது. தாவர வளர்ச்சிக்கு இந்த மூன்றும் இன்றியமையாதவை. எவ்வளவுதான் திடமான உரத்தைப் போட்டாலும், மண்ணைப் பொலபொலப்பாக்கித் தொடர்ந்து காற்றுப்புகுவதற்கு வழி செய்யவில்லை என்றால் ஒரு பயனுமில்லை.

செயற்கை உரம் என்பது நீக்க முடியாத சாபம். சணல், பயறு வகைகள் ஆகியவற்றிலிருந்து கிடைக்கும் பசுந்தாள் உரமிருக்கிறது என்றாலும் அது தொழுவுரத்திற்கு

ஈடாகாது. பசுந்தாள் உரம் நட்டது முதல் மட்கும்வரை – மண்ணை ஒரு பருவத்துக்கு ஆக்கிரமிக்கும்போது, அதை கால்நடைகளுக்குத் தீவனமாக்க முடியாது. அதே சமயம் அந்த நிலத்தில் பசுந்தாள் உரத்துக்குப் பதிலாகத் தீவனப் பயிரை வளர்த்தால் அந்தப் பருவத்தின் முடிவில் இரண்டு மிருகங்களுக்குப் போதுமான தீவனம் விளையும். இந்த இரண்டு கால்நடைகளும் ஆண்டு முழுவதும் உழைத்து நாம் அளித்த தீவனத்தை மண்ணில் எளிதில் கலக்கும் உரமாகத் தந்துவிடும். காளையின் வயிற்றில் செரிமானம் ஆகும்போது உற்பத்தியாகும் கூடுதல் நைட்ரஜனும் நமக்குக் கூடுதலாகக் கிடைக்கலாம்.

காளைக்கு உழைப்பதற்குக் கரியமில வாயுவே தேவை என்பதால் மண்ணிலிருந்து எடுக்கப்பட்ட நைட்ரஜன் முழுவதும் மண்ணுக்கே திரும்பும் வாய்ப்புள்ளது. பயிர்களின் வளர்ச்சிக்குத் தேவைப்படும் கரியமில வாயு காற்று மண்டலத்திலிருந்து எடுக்கப்படுவதால் இந்தக் கரியமில வாயு உரமாகப் பயன்படாது. பசுந்தாள் உரம் மண்ணிற்கு அளிக்கப்படும்போது, வீணாகும் சக்தியைக் காளைமாடு பயன்படுத்திக்கொள்கிறது. மேலும் தொழுவுரம் காளை உடம்பில் செரிமானமாகி அதிலுள்ள நுண்ணுயிரிகளின் பயனையும் பெறுவதால், மண்ணுக்கு மேலும் வளம் சேர்க்கிறது.

முதல் தரமான உரத்தைத் தயாரிப்பதால் மட்டுமே காளைமாடு டிராக்டரைவிட உசத்தி என்று கூறவில்லை. உண்மையிலேயே காளையைப்போலப் பல்வேறு பணிகளைச் செய்யும் இயந்திரம் இன்னும் கண்டுபிடிக்கப்படவில்லை. காளையால் அதிவேகமாகவும் மிக மெதுவாகவும் வேலை செய்ய முடியும். ஏரில் பூட்ட மட்டுமல்ல; காளையைத் தானியங்கள் மிதித்துப் பொட்டு நீக்கவும், சந்தைக்கு வண்டியில் ஏற்றிச் செல்லவும் பயன்படுத்தலாம். தானியங்களையும் எண்ணெயையும் மனிதருக்கு அளித்து வெறும் பிண்ணாக்கையும் வைக்கோலையும் உண்டு அது உயிர் வாழ்கிறது. எண்ணெயையும் பிழிந்து தருகிறது. ஒரு

ஜோடிக் காளைகளின் விலை சில நூறு ரூபாய்கள் மட்டுமே. ஆனால் அதற்குப் பதிலாக இயந்திரத்தைப் புகுத்தினால் எண்ணெய் இன்ஜின், மோட்டார் வாகனம், டிராக்டர், மோட்டாரில் இயங்கும் கலப்பை என எதையெதையோ பன்மடங்கு விலை கொடுத்து வாங்க வேண்டும். இதற்கு மேல் தனது நிலத்திலோ இல்லை சொந்த நாட்டிலோகூட விளையாத எண்ணெயை வேறு விலை கொடுத்து வாங்க வேண்டும்.

உழுதல், மண்ணைக் கிளறி விடுதல், விதைத்தல், ஊடுபயிர் வளர்த்தல் போன்ற முக்கியமான உழவுப் பணிகள் மூன்று அல்லது நான்கு மாதங்களுக்குத்தான் காளைக்கு உண்டு. ஆண்டின் பிற மாதங்களில் அவற்றைச் சரக்குகளையும் மனிதர்களையும் சுமக்கவும், எண்ணெய் ஆட்டவும் பயன்படுத்தலாம். ஆனால் டிராக்டர் போன்ற சிறப்பு இயந்திரத்தை ஆண்டின் பெரும்பகுதி சும்மா வைத்திருக்க வேண்டும்.

இயந்திரத்தால் எண்ணெயைப் பிழிவது லாபகரமாகத் தோன்றக் கூடும்; ஆனால் அதற்குச் செலவு அதிகம் பிடிப்பதால் லாபத்தின் அளவு குறைந்து போய்விடும்.

திரு. ஆப்தேவின் பயனுள்ள ஆய்விலிருந்து ஒரு மேற்கோளைக் கூறி முடிக்கிறேன்:

"இருப்பிலுள்ள மனித சக்தியும் மிருக சக்தியும் முழுமையாகப் பயன்பாட்டில் இருக்கும்போது தேவைப்பட்டால் இயந்திரங்களைப் பயன்படுத்தினால் பரவா யில்லை. தற்போது இந்த சக்தி முழுமையாகப் பயன்பாட்டில் இல்லை என்பதால் இயந்திரத்தை அறிமுகப்படுத்த இன்னும் நேரம் வரவில்லை.

ஹரிஜன் 14, ஏப்ரல் 1946

உரங்கள் மண்ணுக்கு உணவா மருந்தா?

மனிதருக்கான சத்துக்களை அளிப்பதில் உணவுக்கும் மருந்துக்கும் உள்ள அடிப்படை வேறுபாட்டை மனிதர்கள் அறிவார்கள். அதிக அளவில் உண்ணப்படும் அடிப்படை உணவு மனித உடலுக்குத் தேவையான அடிப்படை சத்துக்களை ஏறத்தாழ சரியான விகிதத்தில் கொண்டிருக்கின்றது. பால், கொழுப்புச் சத்து, புரதம், சுண்ணாம்புச் சத்து, வைட்டமின் 'ஏ' தவிர மற்றவற்றையும் கொண்டிருக்கிறது. ஆனால் உடல் நலிவின் காரணமாக ஒரு நோயாளிக்குப் பாலில் உள்ளதைக் காட்டிலும் அதிக அளவு வைட்டமின் ஏ சத்துள்ளவற்றைத் தரலாம். எனவே சாதாரண உணவுக்கும் மருந்துக்கும் இடையிலான வேறுபாட்டை நாம் அறிவோம். குறிப்பிட்ட நோயாளியின் தேவைக்கும் நிலைக்கும் ஏற்பச் சிறிய அளவுகளில் மருந்துகள் தரப்படுகின்றன. வயதானவர், நடுத்தர வயதினர், குழந்தைகள்

என நோயாளியின் வயதுக்கேற்றாற் போலவும் மருந்தின் அளவு மாறுபடலாம்.

இயற்கை தந்த சக்திக்கு மேலாகக் கூடுதல் சக்தி தேவைப்படும்போது சில மருந்துகள் ஊக்கிகளாகவும் தரப்படுகின்றன. இரவு விடுதிகளில் நடனமாட விரும்புவோர் கூடுதல் சக்தியைப் பெறுவதற்காக மார்ஃபியா போன்ற மருந்துகளை ஊசி மூலம் ஏற்றிக்கொள்கிறார்கள். உடனடியாக மிகுந்த புத்துணர்வும் சக்தியும் பெறுவதாக உணரும் இவர்கள், நேரம் செல்லச் செல்ல ஊக்க மருந்தின் பின் விளைவுகளை உணர்வார்கள். எனவே நரம்புகளையும் சதையையும் அளவுக்கு அதிகமாகச் சோர்வடையச் செய்யாத இயல்பான வாழ்வை வாழ விரும்புவோர், சாதாரண உணவில் கிடைக்கும் சக்தியைச் சரிவர பயன்படுத்தித் திருப்திப்பட முடியும்.

Pathological நோய்க்குறிக்கு ஏற்ப மருந்துகள் தரப்படுகின்றன. ஆனால் ஊக்கிகளோ இயல்புக்கு மாறாக இருப்பதால் அவை உடல் நலத்துக்கு அபாயமானவை. ஆக உணவு, மருந்து, ஊக்கி இம்மூன்றுக்கும் தனித்தனி தன்மைகள் இருப்பதால் ஒன்றுக்கு மாற்றாக இன்னொன்றைத் தர இயலாது. ஆரோக்கியமானவருக்கு உணவு, நோயாளிக்கு மருந்து, அதிகப்படி அலட்டிக்கொள்பவருக்கு ஊக்கி.

தாவரத்தின் வாழ்விலும் இதுபோன்ற நிலைமைகள் உண்டு. விலங்குகளைப் போலவே தாவரங்களுக்கும் உணவு தேவைப்படுகிறது. தண்ணீரின் உதவியோடு தாவரங்கள் தமது உணவைக் காற்றிலிருந்தும் மண்ணிலிருந்தும் பெற்றுக் கொள்கின்றன. தாவரத்தின் உணவில் ஏதாவது குறிப்பிட்ட குறைபாடு இருக்குமானால் அதனைச் சரியாகக் கண்டுபிடித்து சரிக்கட்டி விடலாம். மனிதரைப் போலத் தாவரத்தையும் ஊக்கப்படுத்தலாம். ஆனால் அது இயற்கைக்கு மாறானது. தாவரங்களுக்குத் தேவையான சத்துக்கள் யாவும் அது எளிதில் எடுத்துக்கொள்ளும் வகையில் மண்ணில் நுண்ணுயிரிகளாக உள்ளன. கால்நடைகள் இயற்கையாக மண்ணில் விளைவதை

உண்டு வேலை செய்யத் தேவையான சக்திக்கும் தமது வளர்ச்சிக்கும் தேவையானதைச் செரித்துக்கொண்டு, மீதத்தைக் கழிவாக மீண்டும் தாவரத்திற்கு உணவாக்கி இயற்கைச் சுழற்சி முறையை நிறைவுசெய்கின்றன. இந்தச் சுழற்சியைத் தடை செய்வதென்றால் அதற்கு நியாயமான காரணம் இருக்க வேண்டும். அனைத்துத் தாவரங்களுக்கும் இயற்கையாகத் தேவைப்படும் உணவு தொழுவுரமும் பிற உயிரிகளும் மட்டுமே. மனித உணவு செரிமானத்தில் உயிர்ம ரசாயன மாற்றங்களுக்கு வைட்டமின்கள் உதவுவதுபோல ஆக்ஸின்ஸ் (Auxins) எனப்படும் தனிமங்கள் பயிர்கள் உணவைச் சரிவர உறிஞ்ச உதவுகின்றன. மனிதருக்கு இன்றியமையாத வைட்டமின்களைப் போலத் தாவரங்களுக்கு இன்றியமையாத இந்த ஆக்ஸின்களும் பிற உயிர்மப் பொருட்களும் தொழுவுரத்தில் அபரிமிதமாக இருக்கின்றன.

வெள்ளத்தாலும் மண் அரிப்பினாலும் ஒரு சில கனிம உப்புக்கள் குறைந்து போகும்போது அந்தக் குறைபாட்டை நீக்க சில ரசாயனங்களைப் பயன்படுத்த நேரலாம். ஆனால் அது மனித உடலின் நோய்க்கு மருந்துபோல் அளவாக இருத்தல் வேண்டும். முறையாக மருத்துவம் பயின்றவரால் நோயாளியின் உடல் எவ்வாறு சோதிக்கப்பட்டு பின்பு நிலைமைக்கேற்ப மருந்து சிபாரிசு செய்யப்படுகிறதோ அதேபோல மண்ணை முறையாகச் சோதித்து, விளைவிக்கப்படும் பயிருக்கு ஏற்றவாறு ரசாயன உரமும் இடப்பட வேண்டும். பரிந்துரை செய்யப்படாத ரசாயன உரத்தை மண்ணில் இடுவது மருத்துவர் பரிந்துரை இன்றி நோயாளிக்கு மருந்து கொடுப்பதற்கு ஒப்பாகும் என்பதால் அதன் விளைவுகளும் மிக மோசமாகவே இருக்கும். எனவே செயற்கை உரங்கள் மண்ணுக்கு மருந்தாகப் பயன்படுத்தப்பட வேண்டுமேயன்றி உணவாக அல்ல.

மார்ஃபியா போன்ற ஊக்கிகளைப் பயன்படுத்தி மனித உடலை இயல்புக்கு மீறி செயல்படுத்துவதுபோல, தாவரங்களுக்கும் ஊக்கிகளைப் பயன்படுத்தி அதிக வளர்ச்சியையும் சிறிது காலத்துக்கு ஏற்படுத்தலாம். ஆனால்

இந்த விளைவு ஆரோக்கியமற்றது, தொலைநோக்குப் பார்வையற்றது, இயற்கைக்கு முரணானது. மனித உடலுக்குத் தேவைப்படும் உணவை விவசாய உற்பத்தியின் மூலம் பெறவேண்டுமானால், அந்த உணவைத்தரும் தாவரங்களும் ஆரோக்கியமாக, இயற்கையாக, நன்கு வளர்ந்ததாக இருக்க வேண்டும். எவ்வித செயற்கை ஊக்கியும் செயற்கை உரமும் நமது உணவைப் பாதிக்கும். காரணம் நம் நாட்டில் உணவுக்காக நாம் தாவரங்களையே பெரும்பாலும் நம்பி யிருக்கிறோம். எனவே தாவரங்களுக்கு அளிக்கப்படும் உணவு, நோய்க்கு அளிக்கப்படும் ஊக்கி, என அனைத்தையும் மிகக் கவனமாகத் தேர்ந்தெடுப்பது அவசியம். எந்த நிலையிலும் பொருந்தாத எதை அளித்தாலும் இறுதியில் அது உணவை விளைவிக்க அந்த மண்ணைப் பயன்படுத்தும் மனிதரையே பாதிக்கும்.

ரசாயன உரங்களைப் பயன்படுத்தி உணவு உற்பத்தி செய்யும் நியூசிலாந்தின் மக்களிடம் மூக்கடைப்பு, சளிக் காய்ச்சல், நச்சுத் தன்மையுடன் நாத்தடித்தல் (Septic Tonsils), பல் சொத்தையாதல் போன்ற நோய்கள் பரவியிருந்தது கண்டுபிடிக்கப்பட்டது. எனவே மவுண்ட் ஆல்பர்ட் இலக்கணப் பள்ளி விடுதியில் மாணவர்கள், ஆசிரியர்கள், ஊழியர், ஆகியோரில் 60 பேரைத் தேர்ந்தெடுத்து, நியூசிலாந்தின் உடல்-மனநல சங்கத்தின் டாக்டர் சாப்மேன் பல சோதனைகளைச் செய்து பார்த்தார். ரசாயன உரமிட்டு விளைவிக்கப்பட்ட பழங்கள், காய்கறிகளைத் தவிர்த்துத் தொழுவுரமிட்டு பயிர் செய்யப்பட்ட உணவு மட்டுமே அவர்களுக்கு அளிக்கப்பட்டபோது, உடல் குறிப்பிடத்தக்க வளர்ச்சியடைந்து, பொதுவாகக் காணப்படும் நோய்கள் இன்றி, பற்கள் ஆரோக்கியமடைந்து வந்துள்ளது என்று அவரது அறிக்கை கூறுகிறது. கடந்த போரின்போது இளைஞர்களை ராணுவத்தில் சேர்ப்பதற்கு மேற்குறிப்பிடப்பட்டோர் பல்நோய்களின் காரணமாகத் தகுதியற்றவர்களென நிராகரிக்கப்பட்டனர். எனவே இந்திய மக்களின் உடல்நலம் பாதுகாக்கப்பட வேண்டுமானால், நாம் ரசாயன உரங்களைத்

தவிர்த்து விட வேண்டும். முழுக்க முழுக்க நமது உணவைக் கருத்தில்கொண்டு செயல்பட வேண்டும்.

இதையே மண்ணின் தேவைகளை வைத்துப் பார்க்கும்போது, ரசாயன உரங்கள் மண்ணின் நச்சுத்தன்மையை அதிகரிக்கிறது. வங்கமும் பீஹாரும் ஏற்கெனவே இத்தகைய பாதிப்பிற்கு ஆளாகியுள்ளன. உரங்களால் பயன்கிட்ட வேண்டுமானால் மண்ணின்மேல் இடாமல் அதனைக் குறிப்பிட்ட ஆழத்தில் இடவேண்டும். ஆழமாக உழுது அதிகமாக நீர் பாய்ச்சினால் மட்டுமே உரத்தைப் பயன்படுத்தமுடியும். பருவமழையின் அளவுக்கேற்ப பெரும்பகுதி நிலத்தின் வளம் மாறுபடும் நம் நாட்டில், ஆழமாக உழுது விலை உயர்ந்த உரங்களை இட்டாலும் மழை பொய்த்து விட்டால் சூதாட்டம் போல ஆண்டு முடிவில் ஒன்றுமில்லாமல் போகக்கூடும். நிலத்தை இவ்வாறு பயன்படுத்தி நட்டமடைய நம் விவசாயிகள் பணவசதி படைத்தவர்கள் அல்ல. முன்பே குறிப்பிட்டது போல எந்த நிலமானாலும் செயற்கை உரங்களைப் பயன்படுத்துவதற்கு முன்பு மண் பரிசோதனை செய்து அதன் தேவைகளைக் கண்டறிய வேண்டும். பரந்துபட்ட, முறையான பயிற்சிபெற்ற மண் மருத்துவர்களாகச் செயல்படக்கூடிய விவசாய வேதியியலறிஞர்கள் தேவை. விவசாய நிலம் ஒவ்வொன்றிலும் ஒரு மண் பரிசோதனை நிபுணர் இல்லாதவரை விவசாயிகளிடம் செயற்கை உரங்களைத் தருவதென்பது முட்டாள்தனமே. இச்செயல் ஓப்பியம், மார்ஃபியா போன்ற நச்சு ஊக்கிகளை விவரமறியாத நோயாளிகள் வசம் ஒப்புவிப்பதற்குச் சமமாகும். எனவே மருந்தாக உரங்களைப் பயன்படுத்த விரும்புவோர், அதற்கு முன் பெரிய எண்ணிக்கையில் விவசாய வேதியியல் நிபுணர்களைப் பணியில் அமர்த்த வேண்டும். நம் நாட்டில் மனிதர்களுக்கு வைத்தியம் பார்க்கவே போதிய மருத்துவர்கள் இல்லை. அவ்வாறிருக்கப் பெரும் எண்ணிக்கையில் மண்ணுக்கு வைத்தியம் செய்வோருக்கு எங்கே போவது?

உண்மைகள் கண்முன் இருக்க, தவறான அறிவுரைகளை ஏற்றுமதி செய்ய அரசு செயற்கை உரத்தொழிற்சாலைகளை ஏற்படுத்தி விரிவுபடுத்துகிறது என்று வருத்தப்படுகிறோம். பீஹாரிலுள்ள சிந்திரி என்னுமிடத்தில் 12 கோடி ரூபாய் மதிப்பில் அந்நிய நாட்டு இயந்திரங்களின் உதவியோடு பத்து கோடி ரூபாய் மதிப்பில் கட்டடங்களிலும் பிற உபகரணங்களிலும் முதலீடு செய்து இந்திய அரசு உரத் தொழிற்சாலை தொடங்கும் திட்டத்தைச் செயற்படுத்தி வருகிறது.

தற்கொலைக்கு ஒப்பான இத்தகைய திட்டங்களைக் கைவிட்டு ஆரோக்கியமான வேறு ஆராய்ச்சிகளைச் செய்யச் சொல்லும் சரியான அறிவுரைகள் வெற்றிபெறும் என்றும் அதனால் இந்த உரங்களால் வீணாகிப்போகும் உயிர்மப் பொருட்கள் அவ்வாறு வீணாகப் போகாமல் நமது விளைநிலங்களுக்குப் பொருத்தமான உரமாகத் தங்கி யிருக்க வேண்டும் என்றும் எதிர்பார்க்கிறோம். மக்களுக்கு ஊறுவிளைவிப்பதைப் பற்றிக் கவலைப்படாமல் பணம் குவிப்பதையே வாழ்வின் குறிக்கோளாகக் கொண்ட இரக்கமற்ற சுரண்டல்வாதிகளிடமிருந்து காப்பாற்றி நமக்கு ஆரோக்கிய உணவையும் தரக்கூடியது இந்தத் திட்டம் ஒன்றுதான்.

செப்டம்பர் – அக்டோபர் 1947
(கிராம உத்யோக் பத்திரிகா)

உண்மை நிலவரம்
"நமது உணவுப் பிரச்னைகள்"

சென்னை மாகாண முதலமைச்சர் ரெட்டியார் உணவு மாநாட்டில் பேசும்போது "ஒரு மாகாணத்தில் மட்டுமே இரண்டரை முதல் மூன்று கோடி மக்களுக்கு உணவு தானியங்கள் கிடைக்கச் செய்யும் பொறுப்பை அரசு ஏற்க வேண்டியிருக்கிறது" என்று கூறினார். போர் முடிந்து நான்கு ஆண்டுகளுக்குப்பின் ஏன் இந்த இக்கட்டான நிலை? இதற்கு யார் பொறுப்பு? அதே மாநாட்டில் பண்டித ஜவஹர்லால் நேருவும் பேசினார்: "அதிகப்படியான உணவை உற்பத்தி செய்வதுதான் நமது பிரச்னைகளுக்குத் தீர்வு. ஆனால் கடந்த காலத்தில் அந்த இலக்கை எட்டுவதற்காகப் போதிய கவனமோ உழைப்போ செலுத்தப்படவில்லை என்பது உண்மைதான்" என்று அவர் கூறினார்.

விவசாயத்தை ஆதாரமாகக் கொண்ட நம் நாட்டில் மக்கள் பட்டினி கிடக்காமல் பார்த்துக்கொள்ள வேண்டியது விவசாயத் துறையின் பொறுப்பு. இந்தத் துறைக்காகச் செலவிடப்படும் தொகை உணவுப் பற்றாக்குறை இல்லாததை உறுதி செய்யும் காப்பீட்டுத் தொகை போன்றது. வரி செலுத்துவோரின் பணத்தை எக்கச்சக்கமாகச் செலவழித்தும் மக்கள் அவ்வப்போது பட்டினி கிடக்க நேர்ந்தால், எங்கோ ஏதோ தவறு நடக்கிறது என்று பொருள். தவறு செய்பவர் உடனடியாகப் பதவி நீக்கம் செய்யப்பட வேண்டும். அதிக உணவை இறக்குமதி செய்வதற்காகப் பிற பொருட்களை ஏற்றுமதி செய்யுங்கள் என்று கூறுவதன் பொருள் என்ன? பிரச்னைக்குப் பொருத்தமான நிரந்தரத் தீர்வைக் காணாமல், நெருக்கடியைச் சமாளிக்கவே முயற்சிக்கிறோம் என்று பொருள்.

இந்தியா போன்ற பழமையான நாட்டில் ஏற்கனவே விளைநிலம் பற்றாக்குறையாக இருக்கிறது. உணவு உற்பத்திக்கே எப்போதும் முன்னுரிமை வழங்கப்பட வேண்டும். ஆனால் சர்வதேசப் பருத்தி அறிவுரைக் கமிட்டியின் ஏழாம் அமர்வில் இந்தியக் குழு ஒரு பரிந்துரை அளித்துள்ளது. நெட்டை ரகப் பருத்தியின் (பஞ்சாலைக்கான கச்சாப் பொருள்) உற்பத்தி குறைவாய் இருப்பதால், அதனை அதிகமான நிலப்பரப்பில் பயிரிட வேண்டும் என்பதே அந்தப் பரிந்துரை. வேறு (உணவுப்) பயிருக்குப் பதிலாக நெட்டை ரகப் பருத்தியைப் பயிரிட வேண்டும் என்பதையே இவ்வாறு வேறு சொற்களில் கூறியிருக்கிறார்கள். வர்ஜீனியா புகையிலை சாகுபடியிலும் இதே நிலைமைதான். அப்படியானால் அதிகப்படி உணவை எங்கிருந்து உற்பத்தி செய்ய முடியும்?

விவசாயத் துறை இதற்கு என்ன விளக்கம் அளிக்கப் போகிறது? இது குறித்து விசாரணையேனும் நடக்கிறதா? நமக்குத் தெரிந்தவரை, விவசாயத் துறை, ஆலைகளுக்குத் தேவையான மூலப்பொருளை உற்பத்தி செய்வதிலேயே கவனம் செலுத்துவதால், உணவு உற்பத்தி செய்வோரின் பிரச்னைகள் குறித்துக் கவலைப்படுவதில்லை. நியூ சவுத்

வேல்ஸில் (ஆஸ்திரேலிய மாநிலம்), முரம்பிரிட்ஜ் பகுதியில் ஏக்கருக்கு 1.75 டன் நெல் உற்பத்தியாகி இருக்கிறது. நல்ல வாய்ப்பான சூழலில் 4 டன் நெல் விளைந்ததாகக் கூடச் செய்திகள் தெரிவிக்கின்றன. விக்டோரியாவில் (இன்னொரு மாநிலம்) ஏக்கருக்கு 430 பெட்டி தக்காளி விளைந்துள்ளது. இந்தச் சாதனைகளுக்கெல்லாம் இணையாக நம் விவசாயத்துறை எதைக் காட்டப்போகிறது?

விவசாயத் துறையை மறுசீரமைக்க வேண்டிய நேரம் வந்துவிட்டது. ஆலைகளுக்கான இடுபொருட்களையும், பணப்பயிர்களையும் குறித்து முடிவு செய்வதை "விளைநிலப் பயன்பாட்டுத் துறை" வசம் விட்டுவிட வேண்டும். இத்துறை பயனாளிகள் செலுத்தும் வரிகளாலும், நன்கொடைகளாலும் மட்டுமே நிர்வகிக்கப்பட வேண்டும். பொது வரிகளை இதற்குப் பயன்படுத்தக்கூடாது. மக்களுக்கான உணவை விளைவிக்கும் பொறுப்பு விவசாயத் துறையிடம் விடப்பட வேண்டும். வேறு எதிலும் இத்துறை தலையிட அனுமதிக்கக் கூடாது. இந்தத் துறைக்கு உணவை விளைவிக்கிற ஒருவர் தலைவராக வேண்டும்; ஐ.சி.எஸ் அதிகாரி அல்ல. அவருக்குச் சம்பளம் வழங்கப் படக் கூடாது. அதற்குப் பதில் ஒரு விளைநிலத்தை அவருக்குப் பொருள் ஈட்ட அளிக்க வேண்டும். அப்போதுதான் இந்த முக்கியத் துறையில் நாம் எங்கே நிற்கிறோம் என்று தெளிவாகும்; விவசாயத் துறை விவசாயிகள் மீதும், பொது மக்கள் மீதும் உண்மையான கவனம் செலுத்த இயலும்.

முன்னேற்றம் என்பது என்ன?

பெரும் ஆலைகளைப் பரப்பும் சிந்தனை – நவீனமாக, முன்னேற்றமாக, அறிவியல் பூர்வமாக இருப்பதாகப் பரவலாகக் கருதப்படுகிறது. பலரும் இக்கருத்தையே வலியுறுத்தி, நூற்பாலைகளையும், நவீன அரிசி ஆலைகளையும் தடை செய்வதையோ, குறைப்பதையோ பிற்காலத்திற்குச் செல்வதாகக் கூவுகின்றனர். எனவே எது முன்னேற்றம், எது அறிவியல் சார்ந்தது என்று சற்று சிந்திப்பது நலம் பயக்கும்.

இன்று பாமர மக்கள் எதை வேண்டுமானாலும் நம்பத் தயாராய் இருக்கின்றனர் – தொடர்ந்து சொல்லிக்கொண்டே இருந்தால். பரப்புரை என்பதே ஒரு விஞ்ஞானம் ஆகித் தனி மனிதச் சிந்தனை என்பதே மழுங்கி விட்டது. பள்ளி, கல்லூரிகளில் கற்றுத் தரப்படும் பாடங்கள் கூடச் செரிமானம் ஆகாத அரை வேக்காட்டு உண்மைகளைப் பரப்புவதாக ஆகி விட்டது. சரியாகப் புரிந்துகொண்டால் எல்லாக் கிராமத் தொழில்களுக்கும் அறிவியலே அடிப்படை ஆகும். மேலும் அறிவியல் ஆய்வுக்கும், பயன்பாட்டிற்கும் முழுமையான வாய்ப்பு கிராமத் தொழில்களிலேயே கிடைக்கிறது என்பதும் தெளிவாகும்.

அறிவியல் என்பது என்ன?

அறிவியல் மனிதனின் படைப்பல்ல. அசைக்க முடியாத விதிகளின் அடிப்படையில், நன்கு பண்படுத்தப்பட்ட வழிகளில் இயற்கை இயங்குகிறது. இவ்விதிகளை மனிதன் புரிந்துகொண்டு அதை ஓர் அறிவு சார்ந்த முறைமையாக வகுக்கும்பொழுது நாம் அதை அறிவியல் என்கிறோம். எனவே அறிவியல் பூர்வமானது என்று எந்த ஒரு வழிமுறையைச் சொல்ல வேண்டுமானாலும் அது இயற்கையின் அனைத்துக் கூறுகளுடனும் ஒத்ததாக இருக்க வேண்டும். நாம் இயற்கையில் இருந்து விலகிப் போகும் அளவு நாம் அறிவியல் இழந்தும் போகிறோம். மனிதன் இயற்கையின் இயக்கத்தை அறைகுறையாகப் புரிந்துகொண்டு, அவ்வறிவைத் தன் சுயநலத்திற்குப் பயன்படுத்தி இயற்கையின் போக்கில் இருந்து தடம் மாறலாம். ஆனால், அத்தகைய நெறிமாற்றம் இறுதியில் அழிவுக்கே கொண்டு விடும் – ஏனெனில் மனிதனும் இயற்கையின் ஒரு பகுதியே.

[கிராம உத்யோக் பத்திரிகா – 1948]

சுதேசியம்

நமது கொடுக்கல் – வாங்கல்களில் நியாயம் இருப்பதை உறுதி செய்ய வேண்டுமெனில் நமது கொடுக்கல் – வாங்கல்கள் யாவும் நமது கட்டுப்பாட்டுக்கு உட்பட்ட வட்டத்தினுள் நிகழ வேண்டும். இதுவே சுதேசியத்தின் அடிப்படையாகும். சுதேசி என்பது வெறும் வரட்டு அரசியல் முழக்கமல்ல. அது நமது வரையறைகளைச் சுற்றிச் சூழ்ந்துள்ளது. வட்டம் எத்தனை சிறியதாக இருக்கிறதோ அத்தனைக்கு நமது செயல்களின் விளைவுகளைத் துல்லியமாக அறிவது சாத்தியமாகும். அறங்காவலர்களாக நமது கடமைகளை மென்மேலும் மனசாட்சிக்கிணங்க நிறைவேற்றுவதும் எளிதாகும்.

நியாயமாக வாங்குவதிலுள்ள நன்மை

நமது செயல்பாடுகள் நியாயமானவையாக இருக்க வேண்டுமானால், நமது தேர்ந்தெடுக்கும் வாய்ப்பு குறுகி

விடுவதால், தேவை நிறைவடைந்தாலும் மனநிறைவு குறைவாகவே இருக்கும் என்பதில் ஐயமில்லை. புடவைக் கடையில் பெல்ஜியம், பாரீஸ், இன்னபிற நாடுகளிலிருந்து வந்த எண்ணற்ற கண்ணைப் பறிக்கும் ரகங்களை வியாபாரி உங்களிடம் காட்டுவார். விலையும் நியாயமாகவே இருக்கும். ஆனால் ஓர் அறங்காவலராக நாம் அண்டை அயலில் நெய்யப்பட்ட முரட்டு காதித்துணிப் புடவையையே வாங்க வேண்டி வரும். இந்தப் புடவை சற்றே விலை அதிகமாக, கட்டிக்கொள்ள கனமாக, உங்களுக்குப் பிடித்தது போல் அழகாக இல்லாதிருக்கலாம். அந்நிய நாட்டிலிருந்து வந்த நயமான பொருளை நிராகரித்துச் காதியிலிருந்து வாங்குவதால் உங்கள் கடமையை நிறைவேற்றுகிறீர்கள். இது ஒரு பெரிய தியாகம்தான்.

இதுபோன்ற சுயகட்டுப்பாடு ஒரு தவம் போன்றது. தவம் என்றால் முள் படுக்கையில் அமர்வதோ, கன்னங்களில் வேலைக் குத்திக்கொள்வதோ அல்ல. அன்றாட வாழ்வில் ஏதோ ஒரு தேவையை விட்டுக்கொடுப்பதும் அறைகுறை திருப்தியால் ஏற்படும் வசதிக்குறைவைப் பொறுத்துக்கொள்வதும்கூட தவம்தான். இவ்வுலக வசதிகளைப் புறந்தள்ளிவிட்டுத் தனிமையில் கடுந்தவம் புரியும் முனிவர்களின் தவத்திற்குச் சற்றும் குறைந்ததல்ல. எல்லா மதங்களும் இத்தகைய தவத்தை முன்வைக்கின்றன. “உங்கள் சிலுவையைச் சுமந்து கொண்டு என்னைப் பின்தொடருங்கள்” என்றார் ஏசு. எப்போதெல்லாம் ஒரு கொள்கைக்காக நாம் நிமிர்ந்து நிற்கிறோமோ அப்போதெல்லாம் நாம் சிலுவையைச் சுமக்க வேண்டி வரும். ஆனால் அது தங்கச் சங்கிலியில் கோர்த்துக் கழுத்தில் அணியத்தக்க தந்தத்தில் செதுக்கிய சிலுவையாகவோ ரத்தினங்கள் பதித்த தங்கச் சிலுவையாகவோ இருக்காது. எத்தனையோ நல்லெண்ணம் கொண்ட ஜாம்பவான்களின் முதுகை முறித்த கனமான சிலுவையாகவே அது இருக்கும். ஆனால் இந்த முயற்சி நன்மை பயக்கும் என்பது நிச்சயம்.

இந்தத் தியாகம் அல்லது தவம் அல்லது சிலுவை சுதேசியத்தைப் பின்பற்றும் நமது முயற்சியில் பல்வேறு வடிவங்களைக் கொண்டது. உப்பு வாங்கப் போகும்போது 'செரிபோஸ்' உப்பு கண்களைக் கவரும் விதத்தில் வசதியான ஜாடிகளில் இருந்து சரித்து எடுத்துவிற்பனை செய்யப்படுவதைப் பார்த்த மாத்திரத்தில், அதை வாங்க முடிவு செய்து வருவோம். கறுப்பாய்த் தூசு படிந்து அழுக்குக் கோணிப் பைகளில் நிரப்பப்பட்டிருக்கும் கூழாங்கற்களைப் போன்ற நாட்டு உப்பை யார் வாங்க முன்வருவார்கள்? சுலபமானதைத் தேர்ந்தெடுப்பதை விட்டுவிட்டு, நாட்டு உப்பை வாங்கி நீரில் கழுவி சுத்திகரித்துப் பயன்படுத்தும் பக்குவம் திடசித்தம் கொண்டவர்களுக்கே சாத்தியமாகும். நாட்டு உப்பை செரிபோஸ் உப்பைப் போலாக்க ஒரு சிறு தவம் போதும். அமெரிக்கப் பெண் மருத்துவர் எப்போதும் சந்தையில் வெல்லம் வாங்கி அதனை உருக்கிச் சுத்தம் செய்து வடிகட்டித் திரவ நிலையில்வைத்தே தன் குழந்தைகளுக்குப் பயன்படுத்துகிறார். கிராமத் தொழில்களை நேசிப்பதால் அவர் அப்படிச் செய்யவில்லை; வெள்ளைச் சர்க்கரையைவிடச் சத்துக்கள் மிகுந்தது என்பதாலேயே அவர் வெல்லத்தைப் பயன்படுத்துகிறார். கிராமத் தொழில்களை ஆதரிக்கும் கடமை அந்த அமெரிக்க சகோதரியைவிட நமக்கு அதிகம் உண்டு. அவரைப் போன்ற மனஉறுதி நமக்கு உண்டா?

அதுபோலவே, தன்னலமற்று நமது இலக்கை நோக்கிச் செல்கையில் தடைகள் ஏற்பட்டால் கசப்படைந்து விடாதிருக்க 'எப்போதும் இவ்வாறு நடக்காது' என்று கூறி நம்மை நாமே தேற்றிக்கொள்ள வேண்டும். விற்பனையை அதிகரிக்கக் கடன் வழங்குவது, ஒப்புதல் அளிப்பது, மாதிரிகளை அனுப்பி வைப்பது, வலிந்து வலிந்து அதிகமான விற்பனைக்கு முயற்சிப்பது, குறித்த காலத்தில் தவறாமல் சரக்குகளை அனுப்புவது போன்ற முதலாளித்துவ உற்பத்தி முறைக்கு ஏற்ற வழிமுறைகளுக்கு நாம் பழக்கப்பட்டுள்ளோம்.

ஆனால், நம்மால் அவ்வாறு நடக்க முடியாமல் போகும்போது மனம் தளர்ந்து விடக்கூடாது. இயந்திரங்களால் பின்பற்ற இயலாத, பின்பற்ற முடியாத தனித்துவமிக்க பொருள்களை உற்பத்தி செய்யும் கைவினைஞர்கள் நியாயமற்ற போட்டியின் காரணமாக வேலை இழந்து வருமானமின்றி வறுமையில் வீழ்த்தப்பட்டுள்ளனர். அவர்களால் உற்பத்தி செய்யப்படும் பொருட்களுக்கு விசுவாசமான வாடிக்கையாளர்கள் இல்லாமல் போனதுதான் இதற்குக் காரணம். முன்பு நாம் கைவிட்ட அவர்களைச் சுற்றிலும் ஒன்றுகூடி நாம் அவர்கள் மீண்டும் சொந்தக்காலில் நிற்க உதவுவோமா? அவர்களெல்லாம் மறுபடி நிலையாகக் கால் ஊன்றி விட்டால் முதலாளித்துவ முறையில் உற்பத்தி செய்து விற்பனை செய்யப்படும் அந்நிய பொருட்களில் நாம் பெறுவதாகக் கருதும் வசதிகள் அனைத்தும் நமக்கு மீண்டும் கிடைத்துவிடும்.

விடுதலைக்கு வழி

அந்நியப் பொருட்களையும், மில் தயாரிப்புகளையும் வாங்குவது இல்லை என்று உறுதியாக முடிவெடுத்து அண்டை அசலில் இருந்தே நமது தேவைகளை நிறைவேற்றிக் கொள்வோமானால் நம்மை அடிமைப்படுத்தும் அந்நிய தேசங்களுக்கு இங்கே என்ன வேலை? நமது செயல்பாடுகளிலும், பிறரது செயல்பாடுகளிலும் அத்தகைய உறுதிக்கு மிகுந்த மனோபலமும் நிகரற்ற தியாகச் சிந்தனையும் தேவை. அசைக்க முடியாத தைரியத்தையும் வெல்ல முடியாத மன உறுதியையும் வளர்த்துக் கொண்டோமானால் காந்தியடிகள் போதித்த அஹிம்சை நிலைக்கு உயர்ந்து விடலாம். அந்நிய ஆதிக்கத்திலிருந்து விடுபடுவதோடு, அந்நியர் படையெடுப்பைத் தவிர்க்கலாம்.

அன்றாடம் சிலுவையைச் சுமக்க மறுத்து, நம் சகோதரர்களுக்கு நமது கடமையை ஆற்றும் கொள்கையை

விடாப்பிடியாகப் பின்பற்றுவதன் மூலம் நமது சுமையை அவர்கள் மீது திணிக்காமல் இருக்கலாம். அப்படிச் செய்வதால் பல லட்சம் பேருடைய வாழ்வையும் நமது வாழ்வையும் நமது தவத்தால், தியாகத்தால் காத்துவிட முடியும்.

(கிராம இயக்கம் எதற்காக? நூலின் அத்தியாயம்–9 லிருந்து)

கொள்கையற்ற அரசு

தீர்மானகரமான கொள்கை என்பது ஒரு அரசின் அடிப்படைத் தேவை. அக்கொள்கை என்பது வாழ்க்கைத் தத்துவத்தை அடிப்படையாக கொண்டிருக்கவேண்டும். நமது தற்போதைய அரசில் இந்த அடிப்படை இல்லவே இல்லை என்று தோன்றுகிறது. இதன் விளைவுதான் "தடுமாறும் கொள்கை." அதாவது தவறுக்கு மேல் தவறிழைப்பது. பெரும்பாலான நாடுகளில் குறிப்பிட்ட நிலைமைகளை தவறாகக் கையாண்டால் அரசாங்கமே மாற்றப்பட்டுவிடும். ஆனால், நமக்கு வரப்பிரசாதமாக ஒரு பிரதம மந்திரி வாய்த்திருக்கிறார். அவருக்கு சக்திவாய்ந்த பிரிவினரிடம் செல்வாக்கு இருக்கிறது. எனவேதான் நாடு அடுத்தடுத்து பேரழிவுகளைச் சந்தித்து வந்தபோதும் அரசில் எந்தவித பாதிப்பும் இல்லை. இந்நிலை எந்தவொரு நாட்டிற்கும்

பெரும் பாதிப்பை உண்டாக்கும். இத்தகைய செல்வாக்கு மிக்கவர் அரசினால் மதிக்கப்படுபவராக எதிர்க்கட்சியில் இருக்கவேண்டுமே தவிர, திறனற்ற நிர்வாகம் அரங்கேற்றும் முறைதவறிய செயல்களை மூடி மறைக்கும் கருவியாக செயல்படக்கூடாது.

தற்போது கூச் பீகாரிலும் பீகாரிலும் பஞ்சம் ஏற்பட்டுள்ளது. கூச் பீகாரில் காவல்துறை மக்களைச் சுட்டுக் கொல்வதும், பீகாரில் பட்டினி ஊர்வலம் நடப்பதும் செய்திகளாக வருகின்றன. இந்நிலை மிகவும் ஆபத்தானது. இந்நிலை திடீரென்று வரவில்லை. பல ஆண்டுகளாக தொடர்ந்து முன்னெச்சரிக்கை கிடைத்து வந்துள்ளது. நமது திறனற்ற நிர்வாகம் உண்மை நிலையை ஒப்புக்கொள்ளாமல், வேண்டுமென்றே கண்களை மூடிக்கொண்டு நெருப்புக்கோழி கொள்கையை கடைப்பிடித்து வந்தது. இந்த மூளை குழம்பியவர்களை பதவியில் விட்டுவைப்பது இயலாத காரியம். ஒன்று அமைச்சர்களை அதிகாரிகள் ஏமாற்றி விட்டார்கள். அல்லது அதிகாரிகளுக்கு நிலைமையை சரியாகக் கணிக்கும் திறமையில்லை. நமது அரசு அலட்சியமாக இருக்கிறது. இந்தளவு மோசமான நிர்வாகத் திறன்கேடு தொடர்புடைய நபரை கொலை செய்வதில் முடியும். அதிகாரிகளை முறைப்படுத்தும் வலுவான கரம் இல்லையென்றால், இயலாத காரியங்களில் அவர்கள் தலையிடாமல் பார்த்துக்கொள்ள வேண்டியது அரசின் பொறுப்பு. அதை விட்டுவிட்டு திறமையற்ற அதிகாரிகளின் முறைகேடான செயல்பாடுகளை மூடி மறைக்கும் வேலையை அரசு செய்யக்கூடாது.

முன்னுரிமையளிக்க வேண்டிய பிரச்னைகளைத் தேர்ந்தெடுப்பதில் தவறிழைத்ததே இன்று உணவுப் பற்றாக்குறை ஏற்பட முக்கிய காரணம். மக்களின் எதிர்ப்புகளையும் மீறி உணவு உற்பத்திக்கு முன்னுரிமையளிக்கப் படாமல் தொழிற்சாலைகளுக்கான கச்சாப்பொருட்கள் உற்பத்தி செய்யப்படுகின்றன. மக்களின் பேராதரவு பெற்ற அரசே ஆனாலும் எல்லா நேரத்திலும் பொதுக்கருத்தினை

நிராகரித்து விடமுடியாது. அரசின் தவறான செயல்பாடுகள் இரத்தக்களரியான புரட்சிக்கு இட்டுச்செல்லும் என்று ஏற்கனவே பலமுறை எச்சரித்துள்ளோம். அது நான் எதிர்பார்த்ததை விட வேகமாக வந்துவிடும் போலுள்ளது. இப்பொழுதாவது, நிலவும் நெருக்கடியான யதார்த்தத்தை புரிந்து கொண்டு பிரச்சினையைத் தீர்க்க நமது அரசு உறுதியோடு முயற்சி செய்யுமா?

கிராம உத்யோக் பத்திரிக்கா, மே 1951.

மருந்தா, மாயமா?

திட்டமிடுவதன் நோக்கம் மக்கள் திரளின் வருவாயை உயர்த்துவதே என்று பலமுறை நமக்குச் சொல்லப்பட்டிருக்கிறது. தெரிந்த விஷயம்தான். ஆனால் அதை எவ்வாறு செய்வது என்பதுதான் நாம் தெரிந்துகொள்ள வேண்டியது. தனிநபர் வரும்படி மூன்று அல்லது நான்கு மடங்கு உயரவேண்டும் என்று விரும்புவது ஞாயமானதே. ஆனால் விருப்பங்களெல்லாம் குதிரைகளல்ல, ஏறிச் சவாரி செய்வதற்கு! எந்த ஒரு குழுவின் வரும்படியை உயர்த்த நினைக்கிறோமோ, அந்தக் குழுவின் பிரச்சனைகளை நாம் எதிர்கொண்டாக வேண்டும். ஆலை முதலாளியின் பிரச்சனைகளைத் தீர்ப்பதன் மூலம் கிராமத்தினரின் வாழ்க்கைத் தரத்தை உயர்த்த முடியாது. இப்படியெல்லாம்

சாதாரணமான விஷயங்களைக் குறிப்பிடுவது பைத்தியக்காரத் தனமாகத் தோன்றலாம். ஆனால் நடைமுறையில் இவை சாத்தியமாவதே இல்லை.

அதிகமான மக்களுக்கு வேலை கிடைக்க வேண்டும் என்ற பிரச்னையை நாம் கண்டுகொள்ளாமல் விடமுடியாது. இதற்காக நாம் திட்டமிட வேண்டும். திட்டத்தைக் கிராமத்திலிருந்து தொடங்கவேண்டும். எனவே நமது முதல் நோக்கம் கிராம மக்களின் வேலைக்குத் திட்டமிடுவது. காப்பியடிப்பது திட்டமிடுவதாகாது. ஒரு குறிப்பிட்ட நிலையில் பொருத்தமானது வேறொரு இடத்திற்குப் பொருந்தாது. வறுமையைத் தீர்க்க மாயமந்திரம் ஏதுமில்லை. தீர்வைக் கண்டடைய கிராம மக்களைப் பற்றி அறிந்துகொள்வது அவசியம்.

இயந்திரமயமாக்கல்: கிராமங்களில் உள்ள நிலையைக் கருத்தில் கொண்டு 1. சிறு முதலீடு அல்லது முதலீடு இன்றி 2. அதிகபட்ச உழைப்பாளிகளைக் கொண்டதாக நாம் திட்டத்தின் அடிப்படையை உருவாக்க வேண்டும். அவ்வாறு செய்தால், உடனடியாகத் திட்டத்தின் வடிவம் துலங்கிவிடும். நமது கருவிகள் மலிவானதாகவும், உற்பத்திக்கு மனித உழைப்பையே அதிகமாகப் பயன்படுத்துவதாகவும் இருக்க வேண்டும். 'கிராமங்களை இயந்திரமயமாக்குங்கள்' என்ற கோஷம் கேட்கிறது. மேற்கத்திய உற்பத்தி முறையை மேலோட்டமாகக் கவனித்ததன் விளைவாகவே இந்த இயந்திரமயமாக்கல் கோஷம் எழுப்பப்பட்டது. கிராமப்புறங்களை இயந்திரமயமாக்க நமக்கு மலிவு விலையில் மின்சாரம் தேவைப்படும். இன்றைய நிலைமையில் நாட்டிலுள்ள ஒவ்வொரு கிராமத்திற்கும் மின்சாரம் வழங்க முடியுமா? அப்படியே செய்துவிட்டாலும், ஒவ்வொரு கிராமத்திற்கும் மின்சார மோட்டார் வழங்க முடியுமா? அனைத்து வெளிநாட்டு உதவிகள் முழுவதையும் நாம் பெற்று விட்டாலும் கூட, இது நிறைவேறுவது கடினம். இதற்கெல்லாம் யார் பணம் தருவது? ஆண்டுக்கு வெறும்

25 ரூபாய் ஈட்டும் மனிதனால் இது முடியுமா? தவிர தேவையான கருவிகளையும் உபகரணங்களையும் பெற அன்னிய நிறுவனங்களை நம்பியிருக்கவும் கூடாது. நாமே அவற்றை உருவாக்க வேண்டும். தொழிற்சாலைகளில் பணிக்கமர்த்தும் வயதில் ஏறத்தாழ 5 கோடி ஆண்கள் இங்கே இருக்கிறார்கள். இவர்களில் ஒவ்வொருவருக்கும் ஒரு மோட்டார் வேண்டுமானால், மோட்டார்கள் எங்கிருந்து வரும்? யார் இந்தத் திட்டத்திற்கு நிதியளிப்பது? எனவே இன்றைய நிலையில் கிராமங்களை இயந்திரமயமாக்குவது இயலாத காரியம்.

'ஃபார்வர்ட் ப்ளாக்'* (Forward Bloc) கட்சியின் செயல் திட்டத்தில் உள்ள உறுப்பு எண் 15 தேசிய மறுகட்டமைப்பு குறித்தது. ஃபார்வர்ட் ப்ளாக் தொழில் வளர்ச்சிக்குப் பாடுபடும் என்று கூறுகிறது. இதனை நாம் பெருவாரி உற்பத்திக்கான மையப்படுத்தப்பட்ட தொழில்கள் என்று புரிந்துகொள்ளலாம். இத்தகைய மையப்படுத்தப்பட்ட உற்பத்தி பற்றி இங்கே நாம் பேசப் போவதில்லை. குடிசைத் தொழில் அல்லது கிராமப்புறத் தொழில்களுக்கு மாற்றாக மையப்படுத்தப்பட்ட தொழில் நிறுவனங்களின் சாதக பாதகங்களை மட்டுமே கருத்தில் கொள்வோம். ஏற்கெனவே இந்தியாவின் வறுமையைப் பற்றிப் பேசிவிட்டோம். மையப்படுத்தப்பட்ட உற்பத்தி முறை என்றால் ஒவ்வொரு தொழிற்சாலைக்கும் மிக அதிகமான முதலீடு தேவைப்படும்.

இந்த இரண்டு முறைகளில் ஒவ்வொன்றிலும் தனிப்பட்ட நன்மைகள் உண்டு என்பதை யாரும் மறுக்க முடியாது. நம் நாட்டு நிலைமைகளுக்கு ஏற்ற பொருத்தமான முறை எது என்று அறிந்து அதனைத் தேர்ந்தெடுப்பதே நம்முன் உள்ள சவால். நாம் ஏழைகளே என்றாலும், நம்மிடம் கடலளவு உழைப்புச் சக்தி இருக்கிறது. குடிசைத் தொழில்

---

* சுபாஷ் சந்திரபோஸ் இரண்டாம் முறை காங்கிரஸ் தலைவராகத் தேர்வாகி இருந்தபோது 1936 ஆம் ஆண்டு ஃபார்வர்ட் ப்ளாக்கைத் தொடங்கினார். அப்போது காந்தி அவரை வற்புறுத்தி ராஜினாமா செய்ய வைத்தார்.

முறையே நம் நாட்டுக்குப் பொருத்தமான முறை என்று புத்திசாலித்தனமான திட்டம் காட்டும். நல்ல களி மண்ணும் மரமும் நிறைந்த நாட்டில் வீடு கட்டும் பொறியாளர் செங்கல்லும் மரமும் பயன்படுத்திக் கட்டடம் கட்டுவதும், சிமெண்ட்டும் இரும்பும் நிறைந்த நாட்டில் வீடு கட்டுபவர் உறுதிப்படுத்தப்பட்ட கான்கிரீட் பயன்படுத்துவதும் இயல்பு. அவ்வாறில்லாமல், பரிந்துரை முரணாக இருக்குமானால் அது முட்டாள்தனமாகும். முன்னேற்றத்திற்கென தனிப் பாட்டை ஏதும் கிடையாது. திட்டமிடும்போது உற்பத்திக் கூறுகளை ஒருங்கிணைத்து, சமூகத்துக்கும் பண்பாட்டுக்கும் உகந்த வகையில் உற்பத்தியைக் கூடியவரை அதிகரிக்க முற்பட வேண்டும். உழைப்புச் சக்தி எனும் வளத்தைப் பயன்படுத்தாமல் புறக்கணிக்கும் எந்தவொரு திட்டமும் நம் நாட்டிற்கு உகந்ததல்ல. மையப்படுத்தப்பட்ட உற்பத்தி முறையில் எவ்வளவுதான் உற்பத்தித்திறன் இருந்தாலும், வேலைவாய்ப்பை எதிர்நோக்கியிருக்கும் பெருவாரியான மக்களுக்கு அது வேலைவாய்ப்பை அளிக்கவில்லை என்றால், அதனால் பயனொன்றுமில்லை என்பதே நாம் ஆய்ந்தறிந்த உண்மை. அத்தகைய உற்பத்தி முறை இந்த நாட்டிற்குப் பொருந்தாது.

வேலைவாய்ப்புகள்: உற்பத்தி இயந்திரங்களின் விலை அதிகரிக்கும் போது சுய வேலை வாய்ப்புக்கான சாத்தியம் குறைந்துவிடும் என்பதை நாம் கவனத்தில் கொள்ளவேண்டும். மையப்படுத்தப்பட்ட உற்பத்தி முறைகள் வேலைவாய்ப்பையும் ஒரே இடத்தில் குவித்துவிடும் தன்மை கொண்டவை என்பதை மறந்து விடக்கூடாது. நம் நாட்டிலோ ஏகப்பட்ட உழைப்புத்திறன் வாளாவிருப்பதால், அதனை உற்பத்தியில் ஈடுபடுத்த வேண்டிய அவசியமுள்ளது. எனவே இத்தகைய மையப்படுத்தப்பட்ட உற்பத்தி முறையை நம் நாட்டிற்குள் புகுத்துவது தற்கொலைக்கு ஈடாகும்.

மேலும் இன்று உலகிலுள்ள பிரச்சனை பகிர்வைப் பற்றியதேயன்றி உற்பத்தி பற்றியதல்ல. – உண்மையைச் சொல்லப் போனால், அதிக உற்பத்தியினால் உலகம்

சிரமப்பட்டுக் கொண்டிருக்கிறது. எனவே உற்பத்தியை அதிகரிக்கும் தேவை இல்லை. எனவே இந்தக் கண்ணோட்டத் திலிருந்து பார்த்தாலும் நமது குழப்பத்திற்கு விடை கிடைக்கவில்லை.

பெரு-உற்பத்தி தொழிற்சாலைகள்: இத்தகைய தொழிற்சாலைகளில் திட்டமிடுதலின் நோக்கம் என்ன? தனியாரின் மூலம் நடத்த முடியாத இத்தகைய தொழிற்சாலைகளை நாம் முதலில் தவிர்க்க வேண்டும். இப்போதுள்ள நிலைமைகளில் கூட மேற்கூறிய காரணங்களாக நாம் மையப்படுத்தப்பட்ட உற்பத்தி முறைகளைப் பின்பற்றாவிடினும், ஒருசில தொழில்கள் அடிப்படையிலேயே அவ்வாறு இருக்கவேண்டுமென்று கோரலாம். இத்தகைய தொழில்களுக்குத் திட்டத்தில் நிதி ஒதுக்கி அரசே தனது நிர்வாகத்தின் கீழ் வைத்துக்கொள்ளும்படி செய்யலாம்.

மண்டலங்களுக்கான திட்டமிடல்: இரண்டாவதாக, மக்களின் தேவைகளை நிறைவு செய்ய எத்தகைய சரக்குகள் தேவை என்பதை நாம் முடிவு செய்யவேண்டும். கிராமப்புறங்களிலோ அல்லது பிற பகுதிகளிலோ செயல்படும் தொழிற்சாலைகள் மூலம் அந்தச் சரக்குளை உற்பத்தி செய்வதை நமது நாட்டில் முடிவு செய்யவேண்டும். இதனை மண்டலங்களுக்கான திட்டமிடல் என்று பெயரிடலாம்,

நடைமுறையைத் திட்டமிடல்: மூன்றாவதும் மிகக் கடினமானதுமான பகுதி ஒவ்வொரு தொழிலின் நடைமுறைகளையும் திட்டமிடுவதுதான். எடுத்துக்காட்டாக, தோல் பொருள்களை உற்பத்தி செய்யும் தொழிலை எடுத்துக்கொள்வோம் லட்சக்கணக்கான மக்களின் வாழ்வைப் பாதிக்கும் ஒரு தொழில் இது. இத்தொழிலில் உள்ள ஒவ்வொரு கட்டத்தையும் நாம் சட்டரீதியாக, சமூக ரீதியாக, பொருளாதார ரீதியாக, தொழில் ரீதியாக அணுகியாக வேண்டும். இத்தொழிலில் சில கட்டங்கள் சட்டரீதியான அனுமதியைக் கோருபவை. இந்தத் தொழிலில் ஈடுபட்டிருக்கும் மக்களின் கௌரவத்தைக் காக்கச்

சமூகப் பழக்க வழக்கங்களைக் கடந்து செல்லவேண்டும். அவற்றிற்குரிய இடத்தை அளிக்கவேண்டும். இத்தொழிலின் பொருளாதார நடவடிக்கையோடு பிற தொழில்களை ஒன்றிணைக்க வேண்டும். இத்தொழிலின் பொருளாதாரத் தேவைகளை நிறைவு செய்து, உற்பத்தியாகும் பொருள்களுக்குச் சந்தையில் எத்தகைய தேவை உள்ளது என்பதைக் கவனமாக ஆய்வு செய்து பின்னர் விற்பனை செய்யப்பட வேண்டும்.

இழந்துபோன கால்நடைகளின் தோலைக் கையாள்வது குறித்து வெவ்வேறு பகுதி மக்களிடையே வெவ்வேறு சடங்குகள் உள்ளன. தோல் பதப்படுத்தும் வேலையைக் குறிப்பிட்ட சில சாதிகளே செய்கின்றன. ஆனால் தோல் பொருள்களைச் செய்பவர்கள் வெவ்வேறு சாதியினர். தோல் பொருள்கள் தயார் செய்ய நீண்டகாலம் பிடிக்கிறது. அதனால் இந்தத் தொழிலுக்கு அதிகமான மூலதனம் தேவை. ஆனால் இதில் ஈடுபடும் மக்கள் மிகவும் வறியவர்கள் என்பதால், அவர்களிடம் நிதி ஆதாரமும் இல்லாததால் நாட்டின் செல்வம் பெரும்பகுதி வீணடிக்கப்படுகிறது. இத்தொழில் குறித்த பல்வேறு நடைமுறைகள் முறையாக ஆராயப்பட்டு, அதன் தேவைகள் போதுமான அளவுக்கு நிறைவு செய்யப்பட்டால், நாம் பெருமளவு தேசிய வளத்தை மிச்சப்படுத்தலாம்.

இதுபோல ஒவ்வொரு தொழிலின் நடைமுறை குறித்த அறிவும் வளரவேண்டுமானால், அதற்கு முறையான திட்டமும் நம்பிக்கையும் தொலைநோக்கமும் தேவை. இவ்வாறு நாம் திட்டமிடலில் போதிய கவனம் செலுத்தாவிட்டால், நம்முன் உள்ள வறுமையை எதிர்கொள்வது மிகக் கடினம்.

(கிராம உத்யோக் பத்திரிகா, ஜூலை 1939)

சுருக்குக் கயிறு

இந்தியாவும் வட அமெரிக்காவும் ஒரு மாதத்திற்கு முன்பு ஒப்பந்தம் ஒன்றில் கையெழுத்திட்டன. வளர்ச்சித் திட்டங்களுக்காக இந்தியாவிற்கு 50 மில்லியன் டாலர் (5 கோடி டாலர்) உதவித் தொகை வழங்கப்பட்டுள்ளது. வட அமெரிக்க ஆக்டோபஸ் உலகின் பல பகுதிகளிலும் தன் நிதிக் கொடுக்குகளைப் பதித்துள்ளது. பிரிட்டன் அரசியல் வல்லாதிக்கத்திற்கு பேர் பெற்றதென்றால், வட அமெரிக்கா நிதி மய வல்லாதிக்கத்திற்குப் பேர் போனது. இந்த நிதி உதவி உலக நடப்புகள் குறித்து கேள்வி எழுப்ப முடியாமல் நம் வாயை அடைப்பதற்கா? 'கிராமப்புற – நகர்ப்புற வளர்ச்சி' உள்ளிட்ட எத்தகைய எலும்புத் துண்டிற்கும் மயங்காமல் நாம் எச்சரிக்கையாக இருப்போம்.

50 மில்லியன் டாலர் வழங்கியதில் திருப்தியடையாத அமெரிக்கத் தூதர் திரு. செஸ்டர் பவல்ஸ் இந்தியாவின் 'முன்னேற்றத்தை' விரைவுபடுத்த 1000 மில்லியன் டாலர் (100 கோடி டாலர்) உதவித் தொகையை வழங்க

ஆலோசித்து வருகிறார். வட அமெரிக்க 'நிபுணர்கள்' இதற்கென ஏற்கனவே இங்கு வரத் தொடங்கி விட்டார்கள். இவையெல்லாம் அபாயகரமானவை. வட அமெரிக்க ஊடுருவல் டிராக்டர்களையும் வணிகமயத்தையும் இங்கு கொண்டு வரும். நமது விவசாயம் கச்சா எண்ணையையும் இயந்திரங்களையும் சார்ந்திருக்குமானால் நம் உடல், பொருள், ஆவி அனைத்தும் வட அமெரிக்கா வசமாகிவிடும். அதன் பிறகு அமெரிக்க ஆணைகளைக் கண்டு நாம் சினம் கொண்டால் 'நமக்கு புத்தி புகட்ட' அவர்கள் கச்சா எண்ணை விநியோகத்தை நிறுத்திவிட்டால் போதும். நாம் பட்டினியால் அவர்களிடம் சரணடைய வேண்டியதுதான். சென்ற முறை நிகழ்ந்த போருக்கு முன்னால், சில வசதிபடைத்த விவசாயிகள் சென்னை அருகேயுள்ள சில பகுதிகளில் கச்சா எண்ணை பம்பு செட்டுகளை நிறுவினார்கள். தேவையான எரிபொருள் கிடைக்காததால் போரின் போது அவர்களின் பொருளாதாரம் தடம் புரண்டது. ஒரு சிலர் இந்தப் பற்றாக் குறையால் நொடித்துப் போய்விட்டார்கள்.

நமது நாட்டில் இல்லாத அல்லது உற்பத்தி செய்யப்படாத பொருட்களை நம்பி நம் பொருளாதார அமைப்பை நிறுவுவது தற்கொலைக்குச் சமம். ஜப்பானின் அனுபவத்தைக் கண்டு நாமும் பயனடைவோம். அணுகுண்டுக்குப் பயந்து ஜப்பான் சரணடையவில்லை. தொடர்ந்து போர் நடத்த போதிய பெட்ரோல் கையிருப்பில்லை என்பதாலேயே ஜப்பான் வட அமெரிக்காவிடம் சரணடைந்தது. ஹிரோசிமா ஒரு கௌரவமான சாக்கு; அவ்வளவுதான். முன்னேற்றம் சிறிதளவே சாத்தியம் என்றாலும் நாம் நம் காலில் நிற்போம். வளர்ச்சி வேகத்தை அதிகரிக்க முயல்வது பேரழிவிற்கு இட்டுச் சென்றுவிடும். எளிதில் திருப்பித்தர இயலாத பெரு அந்நிய நாட்டு உதவி புதிதாக நாம் அடைந்த சுதந்திரத்தின் கழுத்தை நெறிக்கும் சுருக்குக் கயிறாக மாறிவிடும்.

(கிராம உத்யோக் பத்ரிகா, பிப்ரவரி 1952)